இதுதான் என் பெயர்

இதுதான் என் பெயர்

சக்கரியா (பி. 1945)

கேரள மாநிலம் கோட்டயம் மாவட்டம் உருளிக்குன்னத்தில் ஜூன் 5ஆம் தேதி பிறந்தவர். உருளிக்குன்னம், பாலா, மைசூர், பெங்களூர் ஆகிய இடங்களில் கல்வி பயின்றார். பெங்களூர், காஞ்ஞிரப்பள்ளி கல்லூரிகளில் ஆசிரியராகப் பணிபுரிந்தார். இருபது ஆண்டுகளுக்கும் மேலாகப் பத்திரிகையாளராகவும் வெளியீட்டாளராகவும் இருந்தவர். 'ஏஷியாநெட்' மலையாளத் தொலைக்காட்சியின் நிறுவன ஆலோசகர். இப்போது திருவனந்தபுரத்தில் வசிக்கிறார்.

சொந்தப் படைப்புகளின் மொழிபெயர்ப்புகள் உட்பட இருபத்துமூன்று நூல்களுக்கு ஆசிரியர். சிறுகதை, நாவல், கட்டுரை, மொழிபெயர்ப்பு என எல்லா இலக்கியப் பிரிவுகளிலும் ஈடுபாட்டுடன் இயங்கி வருகிறார். அருந்ததி ராயின் 'தி எண்ட் ஆஃப் இமாஜினேஷன்' கட்டுரையை மலையாளத்தில் மொழிபெயர்த்துள்ளார்.

சுகுமாரன் (பி. 1957)
மொழிபெயர்ப்பாளர்

கோவையில் பிறந்தார். அச்சிதழ், தொலைக்காட்சி, நூல் வெளியீட்டுத் துறைகளில் பணியாற்றியவர். கவிஞர், கட்டுரையாளர், மொழிபெயர்ப்பாளர், பதிப்பாளர், நாவலாசிரியர். தற்போது *காலச்சுவடு* இதழின் பொறுப்பாசிரியர். திருவனந்தபுரத்தில் வசிக்கிறார்.

தொடர்புக்கு: nsukumaran@gmail.com

சக்கரியா

இதுதான் என் பெயர்

தமிழில்

சுகுமாரன்

காலச்சுவடு பதிப்பகம்

இதுதான் என் பெயர் • நாவல் • ஆசிரியர்: சக்கரியா • © பால் சக்கரியா • தமிழில்: சுகுமாரன் • முதல் பதிப்பு: டிசம்பர் 2001 • காலச்சுவடு முதல் (குறும்) பதிப்பு: மே 2016, இரண்டாம் (குறும்) பதிப்பு: செப்டம்பர் 2016 • வெளியீடு: காலச்சுவடு பப்ளிகேஷன்ஸ் (பி) லிட்., 669, கே.பி. சாலை, நாகர்கோவில் 629001

itutaan en peyar • Novel • Author: Zacharia • Translated from Malayalam by: Sukumaran • © Paul Zacharia • Language: Tamil • First Edition: December 2001 • Kalachuvadu First (Short) Edition: May 2016, Second (Short) Edition: September 2016

Published by Kalachuvadu Publications Pvt. Ltd., 669, K.P. Road, Nagercoil 629001, India • Phone: 91-4652-278525 • e-mail: publications@kalachuvadu.com

ISBN: 978-93-5244-020-7

09/2016/S.No. 696, kcp 1617, 18.6 (2) KLL

டாக்டர் பி.ஆர். அம்பேத்கருக்குப் பணிவுடன்

நூலாசிரியர் முன்னுரை

'இதுதான் என் பெயர்' என்ற நாவலின் தமிழாக்கத்துக்குப் புதிய பதிப்பு வெளிவருவது மிகுந்த மகிழ்ச்சியளிக்கிறது. இந்த நல்ல தருணத்தில் முதலாவதாக நான் நன்றி தெரிவிப்பது நாவலைப் படைப்பூக்கம் குன்றாமல் தமிழாக்கம் செய்த என் நண்பரும் கவிஞருமான சுகுமாரனுக்கு. என்னுடைய நாவலுக்கு ஒரு புதிய பரிமாணத்தைக் கொடுக்கும் மொழிபெயர்ப்பை அவர் உருவாக்கியிருக்கிறார். இரண்டாவதாக, இந்தப் புதிய பதிப்பின் வெளியீட்டாளரான காலச்சுவடு பதிப்பகத்துக்கு என் நன்றியைத் தெரிவித்துக்கொள்கிறேன். தமிழ் நவீனத் துவத்தின் ஒளிமிக்க திறமையாளராகவும் அதன் அடையாளமாகவும் இருந்த திரு. சுந்தர ராமசாமியுடன் எனக்கிருந்த நட்பு இன்று அவருடைய மகனும் பிரபல பதிப்பாளரும் சமூக – அரசியல் பிரச்சனைகளில் வலுவான ஜனநாயக நிலைப்பாடுகளை மேற்கொள்ளும் நபருமான கண்ணனிடம் வந்து நிற்கிறது. காலச்சுவடு பதிப்பகம் வாயிலாகப் புதிய பதிப்பு வெளிவருவதில் எனக்கு மட்டற்ற மகிழ்ச்சி. தமிழில் வாசிக்கப்படுகிறேன் என்பது எனக்குக் கிடைத்திருக்கும் இனிய வெகுமதி. அதை எனக்கு அளிக்கும் தமிழ் வாசகர்களுக்கு என் உள்ளார்ந்த நன்றி.

இந்த நாவல் மலையாளத்தில் அறவே விவாதிக்கப்படவில்லை. எனினும் இந்த எளிய படைப்பின் காலம் இனிதான் வரவிருக்கிறதோ

என்று சிந்திக்கும்போது நான் அஞ்சுகிறேன். இன்று இந்தியாவை நெரிக்கும் நவீன கோட்சேக்களின் காலம் அதன் உச்சத்தை எட்டும்போதுதான் ஒருவேளை மலையாளிகள் இந்த நாவலை நினைவுகொள்ளக்கூடும். ஆனால் அதற்குள் இந்தியா முழுவதிலும் கேரளத்திலும் காந்தியைப் போன்ற ஆயிரக்கணக்கான களங்க மற்றவர்களின் ரத்தம் ஆறாக ஓடி முடிந்திருக்கும்.

மதவெறிக்கான பொறுப்பை யார் ஏற்றுக்கொள்வார்கள் என்று நான் வியப்பதுண்டு. மதக் கொலையாளியின் உன்மத்தத்துக்கான உயிரணு அந்தந்த மதங்களுக்குள்ளேயே தான் பாதுகாக்கப்பட்டிருக்கிறது என்பதில் சந்தேகமில்லை. ஆனால் அது பிடறி சிலிர்த்து எழுந்து கொலைக் கூச்சலுடன் துப்பாக்கியும் தீப்பந்தமும் கத்தியும் கட்டாரியும் வெடிகுண்டும் கைத்தடியுமாக வெளியே குதிக்காமலிருக்க நடவடிக்கை எடுக்க வேண்டியது மதங்களின் பொறுப்பல்லவா? அவை அதை மேற்கொள்கின்றனவா? ரத்த தாகம்கொண்ட மதப் பற்றாளர்களை அவர்களுடைய மதங்கள் அறிவுரை சொல்லி நன்மையுள்ளவர்களாக மாற்றுகின்றனவா? துர்ப்பாக்கியத்தால் நர வேட்டையாளர்களான விசுவாசிகளின் முன்னால் மதங்களும் தெய்வங்களும் ஐம்புலன்களையும் பொத்திக்கொண்டு நிற்பதையே நாம் காண்கிறோம். மதங்கள், மனிதர்களின் சார்பாக நிற்கும் காலம் வருமா? யாருக்குத் தெரியும்.

'இதுதான் என் பெயர்' நாவலின் புதிய பதிப்பைத் தமிழ் வாசகர்களின் கைகளில் நான் நேசத்துடன் ஒப்படைக்கிறேன்.

திருவனந்தபுரம் **சக்கரியா**

2.12.2015

(இந்தப் புதிய பதிப்புக்கான முன்னுரை)

~

முன்னுரை

இந்தச் சிறுநாவல், மொழிபெயர்ப்பாளரான திரு. சுகுமாரனின் கைகளினூடே தமிழ் வாசகர் களை அடைவது என்னை மிகவும் மகிழ்ச்சிகொள்ளச் செய்கிறது.

மலையாளிகள் தங்களது இலக்கியம் பற்றியும் கலாச்சாரம் பற்றியும் மிகுந்த பெருமை கொண்டிருப்பவர்கள்.

சரித்திரம், சூழ்நிலை, இயற்கை ஆகியவற்றின் வரத்தால் பல நல்ல செயல்களைச் செய்துமிருக்கிறார்கள். மலையாள இலக்கியம் உன்னத உயரங்களில் சஞ்சரிக்கும் நிமிடங்களும் உருவாகியுள்ளன. மறுபக்கம், ஆடம்பர வீடுகளின் உயரத்திலும் பிரம்மாண்டத்திலும் மலையாளிகள் ரிக்கார்டு ஏற்படுத்துகிறார்கள். நாங்கள் தின்னுகிற கறிவேப்பிலையிலிருந்து குருவாயூரில் அர்ப்பணம் செய்யும் பூக்கள் வரை, எழுதுகிற சிலேட்டிலிருந்து சாப்பிடும் அரிசி வரை தமிழ் நாட்டிலிருந்துதான் இங்கே வருகிறது. பதிலுக்குக் கொடுக்கும் தண்ணீரின் பேரில் இங்கேதான் எத்தனை நறநறப்பு! சஹ்யபர்வதத்தின்* மேற்காகப் பாயும் நீரில் தொண்ணூறு சதவீதத்தை, அடிமணல் வரைக்கும் சுரண்டியெடுத்து, நதியைக் கீறிக் காயப்படுத்திய பிறகு கடலில் பாய்ந்து கலக்க விடுகிறோம். ஆனால், கிழக்கு நோக்கி ஓடும் நீரைப் பயன்படுத்தித் தமிழ் மக்கள் பூமியில் சொர்க்கம் உருவாக்குவதைத் தமிழ்நாட்டில் பயணம் செய்யும்போது நான் பார்த்திருக்கிறேன்.

என் நண்பர்களிடம் நான் திரும்பத் திரும்பச் சொல்லும் ஓர் உண்மை – மலையாளிகளான நமக்கு இருப்பது படாடோபம் மட்டுமே. சம்பளம் வாங்கவும் தின்று தீர்க்கவுமே நமக்குத் தெரியும். இல்லையென்றால் கேரளத்தைவிட்டு வெளியேறி ‘காசின் நிர்வாணம்’ தேடத் தெரியும். நீடித்து நிற்கும் கலாச்சாரம் தமிழ்நாட்டினுடையது. நாம் வெறும் நினைவாக மிஞ்சும்வரை அவர்கள் நிலைத்திருப்பார்கள்.

கிறிஸ்துவப் பெயருடைய நான் முஸ்லிம் நண்பருடன் தமிழ்நாட்டில் பிரசித்தி பெற்ற கோவில்களில் தரிசனத்துக்காகப் போயிருக்கிறேன். ஒரு கோவிலில்கூட, எங்கள் பெயரைக் கேட்ட பின்பும், நாங்கள் கடவுளைத் தரிசிப்பதை யாரும் தடைசெய்ததில்லை. இதுவே குருவாயூரிலோ ஸ்ரீபத்மநாப சுவாமி க்ஷேத்திரத்திலோ கேரளத்திலுள்ள மற்ற அநேக ஆலயங்களிலோ எனில் நாங்கள் வெளியே தள்ளப்பட்டிருப்போம் அல்லது விரட்டியடிக்கப்பட்டிருப்போம். கடவுளின் முன்னிலையிலான இந்த சமநோக்குதான் தமிழ்க் கலாச்சாரத்தின் அஸ்திவாரம்.

எழுத்தாளன் என்ற நிலையில் என்னைப் பிடித்து உலுக்கிய ஒரு சம்பவம் அண்மையில் நிகழ்ந்தது. *தெஹல்கா.காம்* நிறுவனம் விமர்சனத்துக்காக ஒரு தமிழ் நாவலை எனக்கு அனுப்பிவைத்தது. அசோகமித்திரனின் ‘தண்ணீர்’ நாவலின் ஆங்கில மொழிபெயர்ப்பு. மலையாளி புத்திஜீவியின் நிரந்தர உதாசீனத்தோடும் அகந்தையோடும் அதை வாசிக்கத்

---

*. மேற்குத் தொடர்ச்சி மலை

தொடங்கினேன். ஒவ்வொரு பக்கம் புரளும்போதும் என் மனம் பதைக்கத் தொடங்கியது. ஒவ்வொரு பக்கம் முடியும்போதும் நான் ஒரே சமயத்தில் பதற்றமும் ஆனந்தமும் அடைந்தேன். என்னுடைய முன்தீர்மானங்கள் வீசியெறியப்பட்டன. என்னுடைய மலையாளி கர்வம் அடங்கியது. ஜமுனாவும் சாயாவும் டீச்சரம்மாவும் என்னை அவர்களது தனிமைக்கும் துக்கங்களுக்கும் தண்ணீரில்லாத நாட்களுக்கும் ஒரு பிஞ்சுக் குழந்தைபோல் கைப்பிடித்து அழைத்துச் சென்றார்கள். கடின இதயமுள்ளவனான நான் இடையிடையே எனது ஈரமான கண்களை ரகசியமாகத் துடைத்துக்கொண்டேன். 'தண்ணீ'ரை வாசித்து முடித்த பிறகு நான் சிறிது நேரம் மரத்துப்போய் உட்கார்ந்திருந்தேன்.

*1971*இல் எழுதிய நாவல். இந்த முப்பது வருடங்களாகக் கேரளத்தில் நாங்கள் இலக்கியத்தின் பெயரால் என்னவெல்லாம் சமத்காரங்களும் குலுக்கல்களும் தமுக்கடிப்புகளும் நடத்தி யிருக்கிறோம். அப்போதெல்லாம், களங்கமில்லாத ரத்தினம் போல இந்த நாவல் தமிழ் மண்ணில் எளிமையும் நிர்மலமுமான வாழ்க்கையை, நவீனத்துவத்துக்கும் அதிநவீனத்துவத்துக்கும் அப்பாலுள்ள நிரந்தர மனிதத்துவத்தின் உலகத்தில் வாழ்ந்து கொண்டிருக்கிறது. 'தண்ணீ'ரை முப்பது வருடங்களுக்கு முன்பே வாசித்திருந்தால் நான் இன்னும் மேன்மையான மனிதனும் எழுத்தாளனுமாகியிருப்பேன்.

எனவே, எனது இந்தச் சிறுநாவலைத் தமிழ் வாசகர்களின் கரங்களில் பணிவுடனும் சங்கோஜத்துடனும்தான் சேர்ப்பிக் கிறேன். காந்திஜியைக் கொன்றவர்களின் குலம் இந்தியாவை ஆட்சி செய்துகொண்டிருக்கும் இன்றைய களங்கம் படிந்த நாட்களுக்கு ஓர் அடிக்குறிப்பு இந்தப் படைப்பு. இதன் ஏதேனும் ஓர் அம்சம் உங்களை ரசிக்கவோ சிந்திக்கவோ தூண்டினால் நான் நிறைவுபெற்றவனாவேன்.

திருவனந்தபுரம் **சக்கரியா**

24 அக்டோபர் 2001

(முதல் பதிப்பின் முன்னுரை)

சக்கரியாவின் கோட்சேயும் கோட்சேயின் காந்தியும்

இருபதாம் நூற்றாண்டில் உலகைக் குலுக்கிய வன்முறைகளில் ஒன்றான காந்தி படுகொலைக் கொலையாளி நாதுராம் கோட்சே யின் வாக்குமூலமாகப் பதிவு செய்யப்பட்ட நாவல், 'இதுதான் என் பெயர்.' 30 ஜனவரி 1948 வெள்ளிக்கிழமை மாலை நிகழ்ந்த சம்பவங்கள், கோட்சேயின் பார்வையில் மறுவடிவம் பெறுகின்றன. 'ஹே, ராம்' என்ற முனகலுக்கும் 'உன் பெயர் என்ன?' என்ற கேள்விக்கும் இடையேயான குறுகிய நேரத்தில் கொலையாளி யின் மனதில் ஆதியாகமம் முதல் அணுகுண்டு வெடிப்புவரையான காட்சிகள் நகர்கின்றன. இந்தக் காட்சிகள் கோட்சே மேற்கொண்ட 'தண்டனை விதிப்பின்' காரணத்தை, தேவையைச் சொல்கின்றன. வரலாற்றைப் பொறுத்த அளவில் காந்திவதம் தனிப்பட்ட சம்பவமோ, நாதுராம் கோட்சே தற்செயலான கொலையாளியோ அல்ல. இரண்டும் தொடர் நிகழ்வுகள்.

சமகால மலையாள இலக்கிய அரங்கில் சிறந்த கதாசிரியராகவும், சமூக – கலாச்சார விவகாரங்களில் சர்ச்சைக்குரியவராகவும் இருப்பவர் சக்கரியா. அவரது முக்கியமான படைப்புகளில் சில தமிழாக்கம் செய்யப்பட்டு அண்மையில் வெளியாகியுள்ளன.

ஒன்றுக்கொன்று வேறுபட்டு நிற்கும் படைப்புகளைக் கொண்டது சக்கரியாவின் எழுத்துலகம். அவரது சிறுகதைகளும் நாவல் களும் காலத்தின் அதிர்வுடன் ஒத்திசைந்து உருமாற்றம் பெற்று வளர்ச்சியடைந்தவை.

ஒரு கதை போல இன்னொரு கதையோ, ஒரு நாவல் போல மற்றொரு நாவலோ அமைந்துவிடாத கவனத்துடன் உருவாக்கப்பட்டவை. மொழியில் எளிமை, சித்தரிப்பில் நுட்பம், வாழ்க்கையின் துக்கங்களைக் குறித்த எள்ளலான அணுகுமுறை, சமகாலப் பிரச்சனைகள்மீது ரோஷமான எதிர்வினை, கேரள சிரியன் கிறிஸ்தவக் கலாச்சார மரபின் பின்னணி, பைபிள் குறிப்புகள் ஆகிய பொது அம்சங்களைக் கொண்டது சக்கரியாவின் படைப்பியல்வு. இந்தப் பொது இலக்கணத்தை மீறிய எழுத்து ‘இதுதான் என் பெயர்.’

காந்தி படுகொலை மூலம் காந்தியைப் போலவே தவிர்க்க முடியாத பெயராக மாறியவன் நாதுராம் கோட்சே. ஆனால், இலக்கியப் படிமமாக காந்தி சிலாகிக்கப்பட்ட அளவு கொலையாளி நாதுராம் கோட்சே ‘துர்ப்புகழ்’ பெறவில்லை. பிரதீப் தல்வாரின் ‘நான் நாதுராம் கோட்சே பேசுகிறேன்’ என்ற குஜராத்தி நாடகமும், என்.என். பிள்ளையின் ‘கோர்ட்’ என்ற மலையாள நாடகமும்தான் கோட்சேயை மையமாகக்கொண்டு எழுதப்பட்டவை; அதன் காரணமாக சர்ச்சைக்குள்ளானவை. மத அடிப்படைவாதத்தையும் அதை நடைமுறைப்படுத்தச் செயல்படும் அமைப்புகளையும் குறித்த தனது அச்சங்களைக் கட்டுரைகளிலும் மேடைப் பேச்சுகளிலும் சக்கரியா வெளிப்படுத்தி வந்திருக்கிறார். அந்தப் பொறியின் ஜ்வாலை இந்த நாவல்.

நாவல் என்ற பிரிவின்கீழ் இந்த நூல் வெளியாகியுள்ளது. எனினும், இதுவரை பரிச்சயப்பட்டுள்ள இலக்கிய உணர்வின் அடிப்படையில் இதை ஒரு நெடுங்கதையாகவே கருதுகிறேன். இதை ஒரு நாவல் என்று அழைக்கத் துணையாக இருப்பது கதைக்களமல்ல. காலம். அரை மணி நேரத்துக்கும் குறைவான கதைப்பொழுது சித்தரிப்பில் விரிவடைந்து, காலாகாலத்துக்குமான கதையாகிறது. இந்தக் கால நீட்சி நெடுங்கதைக்கு நாவலின் பரிமாணத்தைத் தந்திருக்கிறது. எர்னெஸ்ட் ஹெமிங்வேயின் ‘கிழவனும் கடலும்’ நாவலாகக் கருதப்படுவதும் இந்த இலக்கணத்தால் மட்டுமே!

‘ஓரிடத்து’ என்ற முதலாவது சிறுகதைத் தொகுப்பு முதலே சக்கரியாவின் வாசகன் நான். ‘இயேசுபுரம் பொது நூலகத்தைப் பற்றி ஒரு புகார்,’ ‘யாருக்குத் தெரியும்?’, ‘ஒரு நஸ்ராணி இளைஞனும் பல்லி சொல்லும் பலனும்’ முதலான சிறுகதைத் தொகுதிகளும், ‘பாஸ்கர பட்டேலரும் எனது வாழ்க்கையும்’ ‘பிலாத்துவே, என்ன செய்தி?’ முதலான நாவல்களும் வாசிப்பின் நிறைவையும், ‘மாதா அமிர்தானந்தமயி பாக்கியவதியும் நிர்பாக்கியவதியும்’ ஆகிய கட்டுரைகள் சிந்தனையில் கனலையும் ஏற்படுத்தியவை. மலையாள இலக்கியத்தின் திசையும் மொழியின் பாதையும்

வசப்பட்ட பின்பு ஈடுபாட்டுடன் மேற்கொண்ட மொழிபெயர்ப்பு களில் சக்கரியாவின் 'அன்னம்மா டீச்சர்: ஒரு நினைவுக் குறிப்பு'ம் ஒன்று. பனித்துளிகள் மின்னுகிற புல்தரை மீது சோகபுத்திரியான அன்னம்மா டீச்சரை, அவளால் தம்பி என்று அழைக்கப்பட்ட இயேசு கிறிஸ்து நோகாமல் கிடத்தும் காட்சி இன்னும் மனதிலிருக்கிறது. எண்பதுகளின் இறுதியில் புகலிடத் தமிழ் நண்பர்கள் சிலரது முயற்சியில் வெளியாகவிருந்த பத்திரிகையொன்றுக்காகத் திரு. எஸ்.வி. ராஜதுரையிடம் அந்த மொழிபெயர்ப்புச் சிறுகதையைக் கொடுத்திருந்தேன். அந்தப் பத்திரிகை வெளியாயிற்றா? அதில் எனது மொழிபெயர்ப்பு இடம்பெற்றிருந்ததா? என்பது தெரியவில்லை. இரண்டுமில்லை என்றே நினைக்கிறேன்.

மீண்டும் சக்கரியாவின் மொழிபெயர்ப்பாளனாகத் திரும்பி வருவதற்குள் சமகால மலையாள இலக்கியத்தின் அநேக முகங்களைக் கடந்திருக்கிறேன். எனினும் 'இதுதான் என் பெய'ரின் மொழிபெயர்ப்புக்குக் காரணம் இலக்கிய ஆர்வம் மட்டுமல்ல.

சென்ற ஆண்டு காந்தி பிறந்த தினத்தையொட்டி அரை மணி நேர விவரணைப் படம் ஒன்றைத் தயாரித்திருந்தேன். காந்தியை எந்தவித ஒப்பனையும் ஒளிவட்டமும் இல்லாமல் அணுகுவதற்கான முயற்சியாக அது அமைந்தது. தேசத் தந்தை, மகாத்மா என்ற வழிபாட்டின் சந்தனக் காப்புகளில் லாத காந்தியைக் காணும் வேட்கை; காந்தியைக் காந்தியின் மூலமாகக் கண்டடைவதற்கான யத்தனம். அந்தப் படத்தில் காந்தியின் இன்றைய தேவை பற்றிக் கருத்துத் தெரிவித்தவர் களில் சக்கரியாவும் ஒருவர். தொலைக்காட்சியில் படம் ஒளிப்பரப்பான அதே நாளில்தான் சக்கரியாவின் நாவலும் வெளியானது. நாவலின் காந்தியும் காலம் நிர்ப்பந்தித்த அரிதாரங்கள் இல்லாதவர். சக்கரியா, கோட்சே மூலமாகக் காந்தியைக் கண்டடைய முயல்கிறார். இந்தத் துணிவு காந்தி படிமத்தின் மேற்பூச்சுக்களைச் சுரண்டி எறிகிறது.

கோட்சேயின் கண்களால் காந்தியைத் தரிசிப்பதன் மூலம் சக்கரியா, நம்மை அச்சுறுத்தும் அடிப்படைவாதத்தின் முகத்தையும் அடையாளம் காட்டுகிறார். காந்திவதம் உலகத்தின் முதல் மனிதாபிமானப் படுகொலையோ, நாதுராம் கோட்சே சுதந்திர இந்தியாவின் முதல் கொலையாளியோ அல்ல. காலத்தின் கர்ப்பத்தில் அவ்வப்போது விழும் நச்சு விந்துவிலிருந்து உருவாகும் சகிப்பின்மையின் பெயர் எதுவு மாகலாம். அதில் ஒன்றுதான் கோட்சே. இந்த இணக்க மின்மையே அடிப்படைவாதமாகவும் மதவெறியாகவும் நம்மை அச்சுறுத்திக்கொண்டிருக்கிறது. சாமான்ய மனிதனின் சுக துக்கங்களை நிர்ணயிக்கும் அரசியலையும் கையகப்படுத்தி

யிருக்கிறது என்ற மனநடுக்கத்தை நாவல் உணர்த்துகிறது. இந்த மொழிபெயர்ப்புக்கான தார்மீகத் தேவையும் இலக்கிய நியாயமும் இதுதான்.

தமிழ் இலக்கியச் சூழலில் சக்கரியா கவனத்துக்குரிய அண்டைமொழி எழுத்தாளராகப் பேசப்படும் சந்தர்ப்பத்தில் இந்த மொழியாக்கம் வெளிவருவது பொருத்தமானது. மூலமொழியில் வெளியான ஓரிரு மாதங்களுக்குள் தமிழாக்கமும் வெளியாவது பெருமிதமளிக்கிறது.

திருவனந்தபுரம் **சுகுமாரன்**

21.12.2001

நன்றியுரை

'இதுதான் என் பெயர்' நாவல் மொழி யாக்கம் டிசம்பர் 2001இல் வெளியானது. நண்பர் இரா. கதிர் அகரம் வெளியீடாக நூலை வெளியிட்டார்.

மலையாளத்தில் மூலநூல் வெளியான அடுத்த மாதத்திலேயே தமிழாக்கமும் வெளி யானது. 2001 அக்டோபர் 2 காந்தி ஜெயந்தி தினத்தன்று நூல் வெளியிடப்பட்டது. நூலை வெளியிட்டவர் கவிஞர் சுகதகுமாரி, பெற்றுக் கொண்டவர் ஆதிவாசிப் போராளியான ஸி.கே. ஜானு. வெளியீட்டு விழாவின் இறுதியில் நூலைத் தமிழாக்கும் உரிமையை அளிக்கும்படி சக்கரியா விடம் கேட்டேன். அந்த ஆண்டு *மனோரமா* ஓணப் பதிப்பில் (ஆகஸ்ட்) வெளிவந்த இந்த நாவலை ஏற்கெனவே வாசித்துப் பெற்றிருந்த பரவசமே அப்படிக் கேட்கத் தூண்டியது. உடனடியாக ஒப்புக்கொண்டது மட்டுமன்றி, தமிழாக்கம் செய்த பகுதிகளை வாசித்துக் கேட்டு ஆலோசனைகளையும் திருத்தங்களையும் சக்கரியா தெரிவித்தார். அது ஓர் இனிய அனுபவம். இந்தப் புதிய பதிப்புக்கும் சிறு குறிப்பைக் கேட்டவுடன் எழுதித் தந்தார். எல்லா வற்றுக்கும் நன்றி.

மூலநூலும் மொழிபெயர்ப்பும் வெளியான 2000இன் ஆரம்ப நாட்களைவிட ஆபத்தான தினங்களைக் கொண்டிருக்கிறது இன்றைய 2016. இந்த நிகழ்காலத்தில் நாவல் மறுபிரசுரம் காண்பது மிகவும் பொருத்தமானது – ஓர் எச்சரிக்கையாகவும் ஒரு முன்னறிவிப்பாகவும்.

டி.சி. புக்ஸ் வெளியிட்டுள்ள சக்கரியாவின் குறுநாவல்கள் தொகுப்பில் இடம்பெற்ற கே.பி. பிரதீப்குமாரின் வரைபடைங்களும் ரங்காவின் காந்தி கார்ட்டூனும் இந்தப் பதிப்பில் நன்றியுடன் பயன்படுத்தப்பட்டுள்ளன.

நாவலின் முதல் பதிப்பை வெளியிட்ட நண்பர் கதிர், மொழியாக்கத்துக்குத் தூண்டுதலாக இருந்த நண்பர் த. பார்த்திபன், புதிய பதிப்பை வெளியிடும் காலச்சுவடு பதிப்பகம் இவர்களனைவருக்கும் நன்றி.

திருவனந்தபுரம் **சுகுமாரன்**

03.12.2015

ஸ்ரீநாராயண குரு:

மனிதர்கள் ஏற்படுத்தியுள்ள இப்போதைய சாதிப் பிரிவுக்கு எந்த அர்த்தமும் இல்லை. அர்த்தமற்றதுகூட. அது அழிந்தே தீர வேண்டும். மேல்சாதி, கீழ்சாதி என்ற சிந்தனையே இல்லாத ஒன்றுதான். நம்மைவிட்டு இந்த சிந்தனை விலகி வெகுகாலமாயிற்று. சமுதாய நடவடிக்கைகள் மதத்துக்கோ மதம் சமுதாய நடவடிக்கை களுக்கோ கட்டுப்பட்டிருப்பது தவறு. சமுதாய நடவடிக்கைகளுக்கும் மதத்துக்கும் எந்த விதமான உறவும் கூடாது. மதம் மனதின் செயல். யாருடைய மத சுதந்திரத்தையும் தடை செய்வது தகாது. மனிதர்கள் பலவிதம். அவர்களில் ஒவ்வொருவருடைய மனப்போக்கையும் வளர்ச்சியையும் பொறுத்து வெவ்வேறு மதங்கள் தோன்றவே செய்யும். எல்லாரும் ஏற்றுக்கொள்ளக்கூடிய ஒரே மதம் உருவாவது கடினம். என்னுடைய மதமே உண்மையானது; மற்றவையெல்லாம் பொய்யானவை என்று யாரும் சொல்லக் கூடாது. சகல மதங்களிலும் உண்மை உள்ளது. அவற்றை நிறுவியிருப்பதும் நல்ல நோக்கத்துடன்தான்.

இப்போது நடைமுறையிலுள்ள எந்த மதத்துடனும் நமக்கு எந்த விதமான பிரத்தியேக உறவும் இல்லை. எல்லா மதமும் நமக்குச் சம்மதம். ஒவ்வொருவரும் அவரவர்க்கு விருப்பமான மதத்தைப் பின்பற்றினால் போதும். நாம், சில ஆலயங்களைப் பிரதிஷ்டை செய்திருப்பது இந்துக்கள் சிலரது விருப்பத்தின் பேரில்தான்.

இதுபோலவே, கிறிஸ்தவர்கள், முகம்மதியர்கள் முதலான பிற மதத்தவர்கள் விருப்பப்பட்டால் அவர்களுக்காகவும் வேண்டியதைச் செய்வதில் நமக்கு எப்போதும் மகிழ்ச்சியே. நாம் சாதி மத வேறுபாடுகளைக் கைவிட்டுவிட்டோம் என்று கூறுவதன் பொருள் – இப்போது நடைமுறையிலுள்ள எந்த சாதியோடும் எந்த மதத்தோடும் நமக்குப் பிரத்தியேக ஈடுபாடு இல்லை என்பதே.

சுல்தான் மஹ்மூது இறந்து நூறு ஆண்டுகளுக்குப் பிறகு குரசானில் ஒரு மன்னன் அவரைக் கனவில் கண்டான். கண்கள் நீங்கலாக அவருடைய முழு உடலும் மக்கி மண்ணாகியிருந்தது. ஆனால் கண்கள் மட்டும் விழித்துப் பார்த்து நான்கு பக்கமும் வட்டமிட்டன. ஒரு பக்கிரியைத் தவிர வேறு யாராலும் அந்தக் கனவை விளக்கிச் சொல்ல முடியவில்லை. அந்தப் பக்கிரி சொன்னார்: 'தன்னுடைய நாடு எப்படி அந்நியருக்கு அடிமையானது என்று அவர் இன்னும் திகைத்துக்கொண்டிருக்கிறார்.'

சாஅதி ஷீராஸியின்
குலிஸ்தான் நூலிலிருந்து

1

அர்ஜுன: பல்குண:

குளிரை உலுக்கிக்கொண்டு வெடித்த குண்டுகளோடு புல்வெளியிலிருந்த ஜனக்கூட்டம் திடுக்கிட்டுத் திரும்பியது.

கொலையாளி, குளிர்காற்றில் புகையும் கைத்துப்பாக்கியுடன் அசையாமல் நின்றான்.

5:17, அஸ்தமனத்துக்கு முன்பே கடமை நிறைவேறிவிட்டது. மரணராசி பார்க்க வேண்டும். கிழவன் எங்கே யாத்திரை போகிறான் என்று தெரிய வேண்டும்!

பனிக்காலம். எனவே பொழுது இரவைப் போல இருண்டிருந்தது. அஸ்தமிக்காமலேயே சூரியன் மறைந்துவிட்டிருந்தது. கொலையாளி காக்கி கால்சராய், காக்கி ஷர்ட் அணிந்த தோற்றத்திலிருந்தான். அவற்றில் நுழைந்து அவனை உரசிக்கொண்டிருந்தது குளிர். ஒரு பக்கத்தில் பங்களாவின் மூடிய கண்ணாடி ஜன்னல்களுக்குப் பின்னால் அரண்ட வெளிச்சம் வெளியே நோட்டமிட்டுக் கொண்டிருந்தது. மதிலுக்கு அருகில் பெரிய நாவல் மரங்களும் வேப்பமரங்களும் இருட்டின் மாளிகைகள் போல நின்றன.

சுடப்பட்ட மனிதனுடனிருந்த இரண்டு இளம் பெண்களில் ஒருத்தியை இடது கையால் விட்டுத்தான் கொலையாளி தனது துப்பாக்கிக்கு வழி திறந்தான். குண்டடி பட்டவனின் எச்சில் படிக்கமும் ஜபமாலையும் நோட்டுப் புத்தகமும் அவனுடைய மெலிந்த கைகளிலிருந்து சிதறிக் கீழே விழுந்தன. அவற்றைப் பொறுக்குவதற்காக அவள் குனிவதையும், கிழவன் ஒற்றை வார்த்தையை உச்சரித்துக் கொண்டு மண்ணில் சரிவதையும் கொலையாளி பார்த்தான்.

குளிர்ந்து விறைத்த புல்மீது, உறக்கம் வந்தவன்போலக் கிழவன் இறந்துவிழுந்தான். அவனுடைய ஆடை மூடாத மார்பில் தொப்புள் குழிபோலத் தோன்றிய காயங்களிலிருந்து ரத்தம் ஓடையாக வழிந்தது.

கிழவனுக்கு இவ்வளவு ரத்தமா?

பெண்ணே, கீழே விழுந்த பொருட்களைப் பொறுக்குவதா இப்போது முக்கியம்? கீழே விழுந்த உடலைக் கவனிப்பதல்லவா? இப்போது உயிர் பிரிந்து போய்க்கொண்டிருக்கும். கண் வழியாகவா? மூக்கிலிருந்தா? வாய் வழியாகவா? ஆசனத் துவாரம் வழியாகவா? உள்ளங்கால் வழியாகவா? தனஞ்சயப் பிராணன் இப்போது உடலைப் பிரிந்து கொண்டிருக்கும். சீக்கிரம் உடலை அதன் பாதையில் அனுப்பு. எச்சில் படிக்கமோ, ஜபமாலையோ, நோட்டுப் புத்தகமோ இனி அதற்குத் தேவையில்லை. சாம்பலாய் முடியும் உடல்.

துப்பாக்கிக் குழலிலிருந்து உயரும் நீலப் புகையின் நெடியை முகர்ந்தான் கொலையாளி. முந்தின இரவில், தான் புணர்ந்த சிறுவனின் அக்குள் நெடியும் இதுவாகத்தான் இருந்தது என்பது அவன் நினைவுக்கு வந்தது. பையனின் இளம் ரோமங்களை முத்தமிட்டுச் சிலிர்க்க வைத்தபோது வெடிமருந்து மணம்தான் கொலையாளியின் நாசித்துவாரங்களில் நுழைந்தது. நகங்களால் மென்மையாகவும் மூர்க்கமாகவும் சிறுவனைக் கொஞ்சினான் அவன். ரிட்டயரிங் ரூமுக்கு வெளியே, யார்டில் விளக்கொளி உடைத்து நொறுக்கிய இரவின் கீற்றுகளுக்கிடையில் ரயில்கள் மூச்சிரைத்தன, கூவின. தண்டவாளங்களில் இரும்புத் தாளமிட்டன. சிறுவன் அறையிலிருந்து வெளியேறியதும் முந்தின நாள் வாசித்து நிறுத்தியிருந்த பெரிமேசன் நாவலைப் பிரித்து வாசிக்கத் தொடங்கினான். கண் அசந்து போனபோது ஒரு கையால் தலையணைக்கு அடியில் துழாவினான். துப்பாக்கிக் குழலில் விரல்கள் பட்டன. தன்னை விட்டுவிட்டுப் போன சிறுவனின் மதுரமான குறியைப் பிதுக்குவதுபோல ஒரு நிமிடம் அதை இறுகப் பிடித்தான்.

புல்வெளியின் அமைதியை முடிவுக்குக் கொண்டு வருவதுபோல உரக்க அழுதாள் ஒரு பெண். ஓசைகளின் போர்க்களம் தன்னைச் சுற்றி உருவாகிவருவதை கொலையாளி உணர்ந்தான். 'அர்ஜுன: பல்குண: பார்த்த: கிரீடி' என்று முணுமுணுத்தான். பாசிபோலப் படர்ந்து ஏறிக்கொண்டிருந்தது குளிர். துப்பாக்கிக் குழலின் வெம்மைமேல் விரல்கள் அளைந்தான் அவன்.

கிழவனிடம் 'நமஸ்தே' என்று சொல்ல நினைத்ததை உண்மையிலேயே சொன்னேனா?

அவனல்ல. துப்பாக்கியின் குறுகிய முகம்தான் 'நமஸ்தே' என்று உச்சரித்ததாக அவனுக்குத் தோன்றியது.

கஷ்டமே! எதிரி மரியாதைக்குரியவன்தான். என்னுடைய நாக்கு 'நமஸ்தே' சொல்லியிருக்கலாம். நமஸ்தே! நமஸ்தே! நமஸ்தே! நீங்கள் செய்த எல்லா நன்மைகளுக்காகவும் நமஸ்தே. தீமைகளுக்கு இந்தத் துப்பாக்கியின் தண்டனை.

அவன் துப்பாக்கியைப் பார்த்தான். அதன் புகை அணைந்து அடங்கியிருந்தது.

நாம் பிரிகிறோம் நண்பா! இனி உன்னுடைய விதி என்னவென்று யாருக்குத் தெரியும்? என்னுடையதும்.

பல கைகள் சேர்ந்து அவனைப் பற்றி இழுத்தபோது இதுதான் தானா என்ற அதிர்ச்சி ஒரு நிமிடம் அவனைத் தளரச் செய்தது. இவ்வளவுபேர் தனது உடம்பை ஒரே சமயத்தில் தொடுவது இதுதான் முதல் தடவை என்பதையும் யோசித்தான்.

நண்பர்களே! நான் இங்கேதான் இருக்கிறேனே. எங்கேயும் ஓடிப்போய்விடமாட்டேன். கர்மத்தை நிறைவேற்றியதும் அதன் உச்சக் கட்டத்திலிருந்து ஓடி ஒளியவா? நீங்கள் கீதை வாசகம் கேட்டதில்லையா? 'வேள்வியின் வடிவமாகக் கர்மத்தை அனுஷ்டித்துக் கிடைக்கும் பலனை அனுபவிக்கும் மெய்ஞானிகள் எல்லாக் கர்மங்களிலிருந்தும் முக்தி பெறுகிறார்கள். யார் சொந்த லாபத்துக்காக மட்டும் கர்மம் செய்கிறார்களோ அந்தப் பாவிகள் கர்மத்தின் பலனாக பாவத்தையே உட்கொள்கிறார்கள்.' எனது வேள்வி முடிந்து விட்டது. என்னை ஏற்றுக்கொள்வீர்!

துப்பாக்கியோடு இரண்டு கைகளையும் தலைக்கு மேலே தூக்கியபடி 'போலீஸ்! போலீஸ்!' என்று உரக்கக் கூவினான். சரணடையத் தயார் என்று தெரியப்படுத்தினான்.

கொலையாளியின் ஒட்ட வெட்டிய தலைமுடி விளிம்புகளில் நரைத்திருந்தது. மென்மை நிழலாடும் முகத்தில் உணர்ச்சிகளின் கொந்தளிப்பு வாட்டத்தைக் கொடுத்திருந்தது. முன்விதியும் சந்தேகமும் நிறைந்த கண்களிலும் உதடுகளிலும் இறுக்கம் கலந்திருந்தது. பார்வை சுற்றுமுற்றும் அலைந்தது. சுமார் முப்பத்தியேழு வயதுப் பிராயம். எதையோ மறந்துவைத்த ஒருவனைப் போல அங்கேயே நின்றான் அவன்.

அவனுடைய வலது மணிக்கட்டை நெரித்து யாரோ துப்பாக்கியைப் பிடுங்கினார்கள். வலியை மென்று விழுங்கினான் அவன். மரத்துப்போன நரம்புகளை இடது கையால் பிடித்துவிட்டான்.

எதற்கு? எதற்காக இந்த வன்முறை?

ஜனக்கூட்டத்துக்கு மேல், தத்தித் தத்திப் போகும் கறுப்புப் பறவைபோலத் துப்பாக்கி பல கைகள் தாண்டி தூரத்தில் போவதை மின்சார வெளிச்சத்தில் கொலையாளி பார்த்தான். ஒரு போலீஸ்காரனிடம் "அந்தத் துப்பாக்கியை வாங்கி ஸேஃப்டி காட்ச் போடுங்கள். இல்லையென்றால் அவர்கள் ஒருவருக்கொருவர் சுட்டுக்கொண்டு செத்துப் போவார்கள்" என்றான்.

அவனுடைய தோளிலும் மண்டையிலும் சரமாரியாக முதல் அடிகள் விழுந்தன.

நண்பர்களே! நீங்கள் உபநிஷத வாசகத்தைக் கேட்டதில்லையா? அடிப்பவன், நான் இவனை அடிக்கிறேன் என்றோ, அடிபட்டவன் எனக்கு அடிபட்டதென்றோ நினைப்பானேயானால் அவர்கள் இருவரும் ஆத்மாவை அறிவதில்லை. ஆத்மா அடிப்பதில்லை. அடிபடுவதுமில்லை.

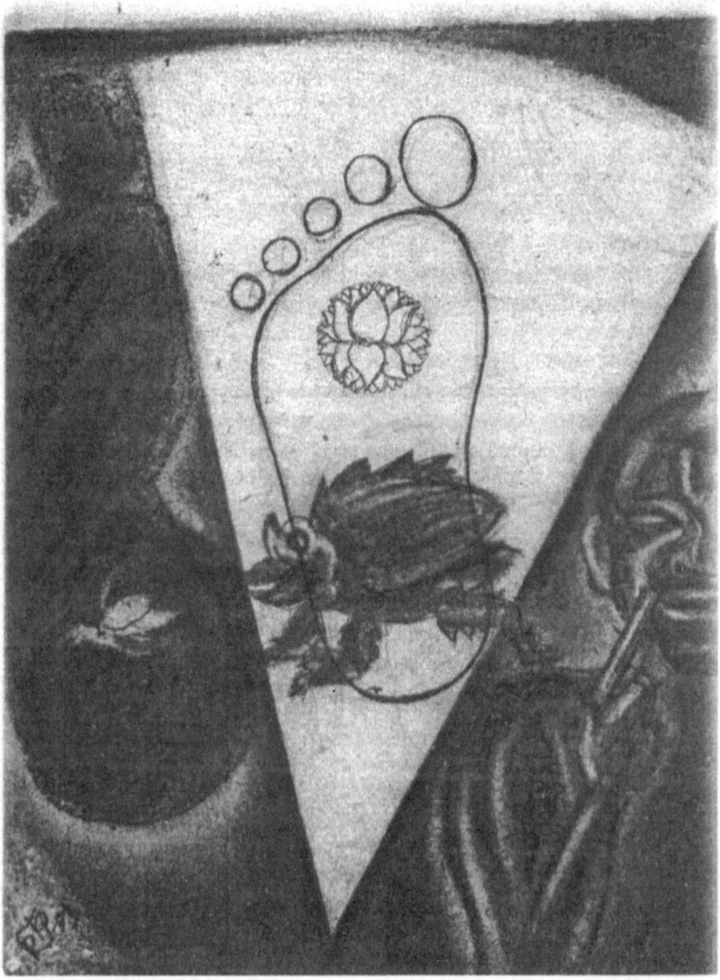

கொலையாளி:

பாரத மக்களே! பிரம்மத்திலிருந்து நான் முதலில் வெளியேறியது பேரழகுள்ள ஒரு வண்ணத்துப் பூச்சியாக.

ஏழு வண்ணச் சிறகுகள்வீசிப் பாற்கடல்மீது பறந்து திரிந்தும் தாமரைத் தேன் அருந்தியும் மகிழ்ந்தேன். பாற்கடலைக் கடைவதை நேரில் பார்த்து ரசித்தேன்.

தேவர்கள், அசுரர்களின் பெருங்கூட்டத்துக்கு மேலே நீல ஆகாயத்தில் ஓடித் திரிந்தேன். காமதேனுவும் சந்திரனும் ஆலகாலமும் அமுத கலசமும் மேலெழுந்து வருவதைப் பார்த்தேன்.

பாற்கடல் மீண்டும் கொந்தளித்துப் புரண்டது. பால் அலைகளை விலக்கிக்கொண்டு ஒரு திவ்விய வடிவம் எழுந்தது. தாமரைப் பூவில் அமர்ந்து தேவி மகாலட்சுமி வெளிப்பட்டாள்.

தேவியின் வசீகரத்தால் ஈர்க்கப்பட்டு தீபத்தைத் தேடிப் போவதுபோல நான் பறந்து பறந்து தேவியை நெருங்கினேன். அமுதம் கலந்த தாமரைத் தேனின் நறுமணம் என்னை வெறியூட்டியது.

நான் எல்லாம் மறந்தேன். தேவ கணங்களையும் அசுர கணங்களையும் திடுக்கிடச் செய்து சிறகுகளால் தேவியைத் தாமரைப் பூவிலிருந்து தள்ளிவிட்டேன். அமுதத் தேன் பருக முயன்றேன். ஆச்சரியம் கலந்த ஒற்றை நோட்டத்தில் என்னைச் சாம்பலாக்கினாள் தேவி.

சகோதரர்களே, எனது முதல் பிறவியும் முடிவும் இப்படியாக இருந்தது.

மற்றொரு முறை அயோத்தியில் தசரதனின் பிரம்மாண்டமான கோட்டைக்குள்ளிருந்த பூங்காவனத்தை அலங்கரித்த தாமரைப் பொய்கையில் வசிக்கும் குளவியாகப் பிறந்தேன். சிறுவன் ராமன் ஒருநாள் பொய்கைக் கரையில் விளையாட வந்தான். அவனுக்கு மிகப் பிரியமான நீலத்தாமரையின்

தண்டின் மேல் கொடுக்குகளாய் துளைத்துக்கொண்டிருந்த என்னைப் பார்த்ததும் இளவரசன் பயந்து உரக்க அழுதான்.

ஆயுதம் தாங்கிய சேவகர்கள் ஓடி வந்தார்கள். ராம குமாரன் என்னைச் சுட்டிக் காட்டினான். ஒரு சேவகன் அருவருப்புடன் என்னைப் பிடித்துக் கரையில் போட்டான்.

என்னை மிதித்து நசுக்கக் காலைத் தூக்கியபோது ராமச்சந்திரன் அவனைத் தடுத்தான். பக்கத்தில் நிழல் விரித்து நின்ற பூமரக் கிளையில் என்னைப் பிடித்து விட்டுவிடும்படி கருணையுடன் உத்தரவிட்டான். இளவரசனும் சேவகரும் போனவுடன் நான் தாமரைக் குளத்துக்குத் திரும்பினேன்.

மறுநாள் தாமரைப் பூவைப் பறிக்கக் கை நீட்டிய ராமபிரான் தண்டைத் துளைத்துக்கொண்டிருந்த என்னைப் பார்த்துத் திடுக்கிட்டான். அவன் முகம் கோபத்தில் சிவந்தது. வெறுப்புடன் என்னைக் கரையில் வீசி எறிந்தான்.

பிறகு வலது காலை உயர்த்தி என்னை மிதித்தான். சிறுபிள்ளையான அவனுடைய பிஞ்சுப் பாதத்தால் என்னைக் காயப்படுத்த முடியவில்லை. ஸ்ரீராமபிரான் தனது பவித்திர மான பாதங்களால் மறுபடியும் மறுபடியும் என்னை மிதித்தான். நான் சாகவில்லை.

என்னுடைய பாக்கியத்தைப் பாருங்களேன். எத்தனை முறை ராமபாதம் என்மேல் ஓங்கி ஓங்கிப் பதிந்தது.

என் உடம்பிலிருந்து வெளியேறிய நச்சுத் திரவம், அந்தப் புனிதமான பாதங்களில் கறுத்த வடுவானது. சேவகர்கள் குழந்தையைத் தேடி ஓடிவந்தார்கள். என்னிடமிருந்து அவனைத் தூக்கி விலக்கினார்கள்.

தலைமைச் சேவகன் ஒரே மிதியில் என்னை நசுக்கினான். ஹா! ராமபாதம் பட்டு நான் உயிர் துறந்திருந்தால்... பரமானந்த லயிப்புடன் இன்றும் பிரம்மத்தில் நிலைத்திருந்திருப்பேன்.

தேசத் துரோகிகளைப் பரலோகத்துக்கு அனுப்பும் பொறுப்பும் என்னுடையதாக இருந்திருக்காது. கஷ்டம்.

2

கிரக நிலை

கைகள் பின்புறமாக முறுக்கி வளைக்கப் பட்ட வேதனையால் சுருங்கிய முகத்துடன் உடலை ஒப்புக்கொடுத்தான் கொலையாளி.

மரணராசி! இன்று வெள்ளிக்கிழமை. 1948 ஜனவரி 30. மரணவேளை உத்தேசமாக 5:17

அவசரமாகக் கணக்குப் போட்டுப் பார்த்தான். தீப்பிடித்த வெடிமருந்துக் கிடங்கு போலச் சுற்றிலும் சத்தங்கள் வெடித்துச் சிதறின. யாரோ அவனைப் பிடித்து உலுக்கினார்கள். சாபங்களும் வசவுகளும் அவனை வளைத்து விரட்டின.

அப்படியானால் மரணராசி மிதுனம். ரிஷபத்தில் கதி மோட்சம். ரிஷபமா? ஹே!

அவன் முகம் இருண்டது. கணக்குகளின் கிளையிலிருந்து கிளைக்குத் தாவினான் அவன்.

ஆமாம்! ரிஷபம்தான். அதிபதி சுக்கிரன். பகவானே! இது நிஜந்தானா?

எதிர்பாராமல் ஆழங்களுக்குள் இடறி விழுபவன்போலத் திடுக்கிட்டான் அவன். ஒரு

தீனமான குரல் அவனுக்குள்ளிலிருந்து மௌனமாக எழுந்தது. தன்னைப் பிடித்து இழுக்கும் கைகளை உதறி ஓடிப்போய்த் துப்பாக்கியைப் பிடுங்கிக் குழலை வாய்க்குள் திருகி விசையை இழுக்க முடிந்தால்... என்று விரும்பினான்.

கர்மம் தவறிவிட்டது. காலம் பிழையாகிவிட்டது. சதி செய்துவிட்டான் கிழவன். கஷ்டம். முக்தி கொடுத்திருக்கிறேன் நான். சுக்கிரனில் கதி மோட்சம். கடவுளே அவனுக்காக சொர்க்கத்தின் கதவைத் திறந்து வைத்திருக்கிறார். சிரார்த்தம் கூட அவசியமில்லாத நற்கதி. இனி பராந்த காலம் தாண்டி இங்கே திரும்பினால் போதும். அதுவரை பிறப்புக்கான யோனிகள் தேட வேண்டாம். கலவிக்கும் யோனிகள் வேண்டாம். கஷ்டமே! என் கைகள் வழியாகவே கிழவன் தப்பிவிட்டானே.

உள்ளுக்குள்ளே குமுறினான். தனது கைகளை யாராவது வெட்டி எறிந்திருந்தால் என்று ஆசைப்பட்டான்.

எனது கணக்குகள் தாமதமாகிவிட்டன. கிழவனின் பிராணன் இப்போது பிரம்மபதம் நோக்கிப் பறக்கிறது. மகாபாவி!

தன்மீது அடிகள் விழுவதைப் பாதி மயக்கத்தில் உணர்ந்தான்! 'ஸ்வேத வாஹன: பீபத்ஸர், விஜயோ, ஜிஷ்ணு: ஸவ்யசாசி, தனஞ்சய:' என்று முணுமுணுத்தான்.

பாரத மக்களே! என்னுடைய இந்தத் தியாகம் பாலைவனத்தில் விழுந்த பனித்துளிபோல வீணாயிற்றே. ஹே, ராம்! எனக்கு மட்டும் முக்தியே இல்லையா? கவணில் பொருத்திய கல்போல எத்தனை காலம் எறியப்பட்டுக் கொண்டே இருப்பேன் நான். எலும்புத் துண்டுக்குப் பின்னால் பாய்கிற நாய்போல எத்தனை காலம் கர்மத்தின் பின்னால் ஓடுவேன்?

கிழவனுக்கு முக்தியின் கெடு ஒரு பராந்த காலம். மூன்று கோடியே பதினோரு லட்சத்து நாலாயிரம் கோடி, கோடி மனித வருடங்கள் நீண்ட ஆனந்தம்; ஓய்வு. அதற்குப் பிறகே அவன் வெளியே வருவான். நானோ? நான் இன்னும் எத்தனை பராந்த காலத்துக்கு யோனிகளுக்குள் குருட்டு விந்தாகக் குப்புற விழுந்தும் யோனிகளினூடே அலறிக்கொண்டு ரத்தத்தில் மிதந்திறங்கியும் வர வேண்டும். மஹா மாயே!

தன்னைப் பிடித்திருக்கும் கைகளுக்குள்ளே அவனையறியாமலே ஒருமுறை நெளிந்தான். ஹா . . . ஹ . . . என்று அடக்கிய குரலில் முனகினான்.

நான் இந்த பூமியில் தானியமாகி, புருஷாக்கினியில் விழுந்து, பெண்ணென்னும் குண்டத்தில் பதிந்து, பிறந்து,

அழுது, மலம் கழித்து, வளர்ந்து, காமுற்று, நரகவதைபட்டு மறுபடியும் மறுபடியும் மரிக்க வேண்டும். எனக்கு அலுத்து விட்டது. என் பாரதத் தாயே! உன்னுடைய மக்களுக்காகக் கிழவனைக் கொன்றேன் நான். ஆனால் அவனுக்குப் பிரம்மானந்தம். ஹா! மனிதர்களின் நூறு ஆனந்தம், மனித கந்தர்வர்களுக்கு ஒரு ஆனந்தம்! மனித கந்தர்வர்களின் நூறு ஆனந்தம், தேவ கந்தர்வர்களுக்கு ஒரு ஆனந்தம்! தேவ கந்தர்வர்களின் நூறு ஆனந்தம், பிதர்களின் ஒரு ஆனந்தம்! பிதர்களின் நூறு ஆனந்தம், ஆஜான தேவதையின் ஒரு ஆனந்தம்! ஆஜான தேவதையின் நூறு ஆனந்தம், கர்ம தேவர்களின் ஒரு ஆனந்தம்! கர்ம தேவர்களின் நூறு ஆனந்தம், தேவர்களின் ஒரு ஆனந்தம்! தேவர்களின் நூறு ஆனந்தம், இந்திரனின் ஒரு ஆனந்தம்! இந்திரர்களின் நூறு ஆனந்தம், பிருஹஸ்பதியின் ஒரு ஆனந்தம்! பிருஹஸ்பதியின் நூறு ஆனந்தம், பிரஜாபதியின் ஒரு ஆனந்தம்! பிரஜாபதியின் நூறு ஆனந்தம், ஒரு பிரம்மானந்தம் ஓம்! ஓம்! சச்சிதானந்த சொரூபமான பிரம்ம சாட்சாத்காரமே!

தன்னைப் பிடித்திழுப்பவர்களைத் திடுக்கிட்டுத் திரும்பிப் பார்த்தான் கொலையாளி.

நீங்கள் யார்? நீங்கள் யார்? எதனுடைய நீச நிழல்கள் நீங்கள்? என்னைத் தொடர்ந்துவர உங்களுக்கு எப்படி தைரியம் வந்தது? ச்சீ! விலகிப்போங்கள்! இது என்னுடையது மட்டுமான பயணம்.

சட்டென்று பொங்கிய அழுகையில் அவன் முகம் விகார மானது. யார் பிடியிலோ சிக்கியிருந்த கைகளை உயர்த்தித் தன்மேல் விழும் அடிகளைத் தடுக்க முயன்றான் அவன்.

எதற்காக இந்த உடலைத் தாக்குகிறீர்கள்? அது தன்னுடைய கடமையைத்தானே நிறைவேற்றியது? அகண்ட பாரதத்துக்கான கடமை.

ஒரு விளையாட்டுப் பொம்மைபோலத் தன்னை இழுத்துக்கொண்டு போகிறவர்களுக்குக் கீழ்ப்படிந்தான்.

பயணத்துக்குத் தயாராக நிற்கிற என்னை எதற்காகப் பிடித்திழுக்கிறீர்கள்? நெட்டித் தள்ளுகிறீர்கள்? உந்துகிறீர்கள்?

நீங்கள் காட்டுவது எவ்வளவு மடத்தனம். உங்கள் எதிரியை வதைத்த பிராமணனைத் துன்புறுத்துவதா? எத்தனை பெரிய பாவத்தை நீங்களே உங்கள்மேல் சுமத்திக் கொள்கிறீர்கள்! இதற்கெல்லாம் எப்படி நீங்கள் பரிகாரம் செய்வீர்கள்? கஷ்டமே!

கொலையாளி:

மக்களே உங்களுக்குத் தெரியுமா? இன்று ஆயிரத்துத் தொள்ளாயிரத்து நாற்பத்தெட்டில் வந்து நிற்கும் பரதேச காலக்கணக்குக்குக் காரணமானவனும் அவதூத வாழ்வில் பாரதத்தின் ஆன்ம வித்தையில் தேர்ந்தவனுமான யூத குரு, தனது தாயின் யோனியிலிருந்து கோமாதாக்கள் சாட்சியாகப் பிறந்தபோது, கிழக்குத் திசையிலிருந்து வந்த மூன்று ஞானிகளில் நானும் ஒருவன்.

குழந்தையைக் காத்திருந்த ஆன்மீக மகிமையை சூட்சும தரிசனத்தில் கண்டிருந்த நான் பொறாமைப்பட்டேன். சிசுவின் இளம் தாயின் பார்வையிலோ எனது சக பயணிகளின் கண்ணிலோ படாமல் ஒரு கொத்துப் புல்லைக் குழந்தையின் வாயில் திணித்தேன்.

சுவாசக் குழாயில் புல் சிக்கி சிசு மரித்துப்போகும் என்று நம்பி வெளியேறினேன். தண்ணீர் எடுக்கப் போயிருந்த தாய் திரும்பிவந்து தொழுவத்துக்குள் நுழைந்தாள்.

அவள் உரக்க அலறுவதைக் கேட்டு ஓடியவர்களுடன் நானும் பதற்றப்பட்டதுபோல நடித்து ஓடினேன். ஸ்தம்பித்துப் போனேன்.

குழந்தை அருகில் நின்றிருந்த ஒரு பசு குழந்தை வாயிலிருந்த புல் கொத்தை நக்கியெடுக்கிற காட்சியைப் பார்த்தேன்.

பயணம் திரும்பும்போது காஷ்மீரத்தில் ஒரு தெரு நர்த்தகி மேல் மையல் கொண்டேன். நாட்கணக்கில் அவளைப் பின்தொடர்ந்துபோய் என்னைக் காதலிக்கும்படி கெஞ்சி னேன். இளம்பெண்ணான அவள் நடுவயதுக்காரனான என் காதலை வெறும் வேடிக்கையாக நினைத்து எனக்கு ஆசை காட்டினாள்; தூண்டிவிட்டாள்; கடைசி நிமிடங்களில் ஒதுக்கித் தள்ளியும்விட்டாள்.

கடைசியில், ரகசிய ஞானங்களையும் அபூர்வ மந்திரங் களையும் குறித்துவைத்திருந்த எனது சுவடிக்கும் மற்ற விலை மதிப்பில்லாத பொருட்களுக்கும் ஈடாக என்னுடன் கூடி

முயங்க ஒத்துக்கொண்டாள். ஒரு வசந்த கால இரவில் எனது செல்வங்களை அவளிடம் ஒப்படைத்தேன். பிறகு ஒரு மகா விருட்சத்தின் அடியில் விரிந்த மலர்ப் படுக்கையில் அவளைப் புணரத் தொடங்கியபோது, உச்சிமரக் கிளைகள் ஒன்றிலிருந்து அவளுடைய இளம் காதலன் ஆயுதபாணியாகக் குதித்து அவளைக் கொன்றான். என் பிறப்புறுப்பையும் கை கால்களையும் வெட்டிச் சிதைத்தான்.

அந்த மரத்தடியிலேயே இரவும் பகலும் காக்கையும் கழுகும் கொத்தி, குள்ளநரி கடித்து, எறும்பும் ஈயும் மொய்க்கக் கிடந்து இறுதி மூச்சு விட்டேன் நான்.

3

கடித்தால் உடையாத உயிர்

வலது கண்ணிலும் கன்னத்திலுமாக விழுந்த குத்தில் கொலையாளியின் தலை ஒருபுறமாகச் சாய்ந்தது. கண்கள் ஒரு நிமிடம் இருண்டன.

இந்துக்களே! உங்கள் கைகளாலா பிராமண வதை? மூன்று தோட்டாக்களால் உங்கள் எதிரியின் உயிரைப் பிடுங்கியவனல்லவா நான்? பிராமணனான எனது சொந்த தருமம் அதுவல்லவே. இருந்தும் காய்பறிப்பதுபோல எதிரியின் உயிரைப் பிரிக்கவில்லையா? அதுவும் திட சித்தமும் கடின இதயமும் கொண்ட கிழவனின் கடித்தால் நொறுங்காத உயிரை? சிரஞ்சீவி என்று தனக்குத்தானே நம்பிய கர்வம் பிடித்தவனின் உயிரை?

தன்னைத் தான் பூஜித்தவன் விடலைத்தன மான கிறுக்குகளின் அடிமை. பிடிவாதங்களின் அடிமை. பாரதத் தாயின் அகண்ட முழுமையில், முட்டாள்த்தனத்துக்கு மேல் முட்டாள்த்தனத்தை யும் தோல்விக்கு மேல் தோல்வியையும் சர்வ நாசத்தின் மேல் சர்வ நாசத்தையும் சுமத்தியவன்! அறிவிலி!

எங்கே அவன்? சாம்பலாகும் முன்பு அந்தச் சடலத்தைப் பார்க்க வேண்டுமே! எனது புதிய படைப்பைக் கடைசியாக ஒருமுறை பார்த்துவிட வேண்டும். நான் புதுப்பித்த கிழவன். எனது புதுப்பித்தலில் நிறைவேறியது — ஒரு தண்டனையும் இரண்டு விடுதலையும். கிழவனுக்கு அவனுடைய பாவத்துக்கான தண்டனை. பாரதத்துக்கு அவனுடைய திருதராஷ்டிரப் பிடியிலிருந்து விடுதலை. கூடவே கிழவனும் தப்பிவிட்டான். கஷ்டமே! இது எப்படி நேர்ந்தது? மந்திரமா? மாயமா? சித்து வேலையா? எப்படி இதைச் சாதித்தான்?

உண்மையில் அவன் இறந்துவிட்டானா? மரணமும் ஆத்மகதியும், என்னுடைய க்ஷத்திரிய கடமையும் எல்லாம் அவனுடைய வசியமா? எனது தோட்டாக்கள் அவனுடைய மாய உருவைக் கடந்தா போனது? விழுந்த இடத்திலிருந்து எழுந்து அங்கவஸ்திரத்தை அணிந்து காலை வீசி வீசி நடந்து அவன் என்னைப் பின்தொடர்ந்து வருகிறானோ?

அவன் திருடன். கபட சந்நியாசி. மாயாவி. பகவானின் கீர்த்தனைகளைப் பாடத் தெரிந்தவன். பகவத் கீதை மனப்பாடம். பாரதத் தாயைக் கூறுபோட்டு முஸ்லிமுக்கு விற்கத் தெரியும். அவனும் அவனுடைய அகிம்சையும். உள்ளுக்குள் அவன் வேட்டை மிருகம். துரோகி. கடிகாரமும் கண்ணாடியுமாக என் பின்னால் ஓடிவந்துகொண்டிருக்கிறான். எனக்கு மன்னிப்பு தருவதுபோல நாடகமாடுவதற்காக. என்னை விட்டுவிடு! என்னை விட்டுவிடு! அவனுடைய காலடியோசை எனக்குக் கேட்கிறது. கையை விடுங்கள்! என்ன செய்கிறீர்கள் நீங்கள்? நீங்கள் என்னை அவனிடம் ஒப்படைக்கப்போகிறீர்களா?

திமிறி விடுபடுவதற்காக முன்னால் சாய்ந்தான் கொலையாளி. கண்கள் மூடியிருந்தன. சட்டென்று பதற்றத்துடன் கண் திறந்தான். விலங்குபூட்டிய தன் கைகளைப் பார்த்தான். அவன் முகத்தில் கழிவிரக்கம் நிரம்பியது.

பாரத தேசத்தைக் காப்பாற்றிய கைகளுக்கு விலங்கு பூட்டியிருக்கிறார்கள். விதிக் கொடுமை!

குளிர், எல்லாத் திசைகளிலிருந்தும் தன்னைத் தேடிவருவதாக அவனுக்குத் தோன்றியது. போலீசாரின் தாளத்துக்குப் பொருத்தமாக நடந்தான். கை வீசாமல் நடக்கும் விசித்திரம் பற்றி யோசித்தான். 'கிழவனின் சடலத்தை ஒருமுறை பார்க்க அனுமதிப்பீர்களா?' யாரிடம் என்றில்லாமல் கேட்டான். இரைச்சலில் அவனுடைய கேள்வியை யாரும் கவனிக்கவில்லை. ஒரு போலீஸ்காரன் மட்டும் 'நீங்கள் ஏதாவது சொன்னீர்களா என்ன?' என்று கேட்டான். கொலையாளி தலையாட்டினான்.

கிழவனிடம் விடைபெற்றுக்கொண்டிருக்க வேண்டும். இனிமேல் அவன் என் உறவினன். பெற்றெடுக்கும் தாய் தந்தையோடுள்ள உறவைவிட வலுவானதல்லவா கொல்பவ னோடுள்ள உறவு? யார் வேண்டுமானாலும் பிறவியைத் தரலாம். மரணத்தைக் கொடுக்க எல்லாராலும் முடியுமா? சாவது தவிர, கொல்வதற்கு எத்தனை பேருக்குத் திராணி இருக்கிறது? அதுவும் கொன்று முக்தி கொடுக்க? பிரம்மத்துக்கு அனுப்ப? சிவ சம்போ! எனக்கு எங்கே தவறு நேர்ந்தது?

கிழவனின் கிரக நிலைக் கட்டங்களுக்குள் அவன் மனம் அமைதியில்லாமல் ஓடி அலைந்தது. மறுபடியும் மறுபடியும் கணக்குகளை மாற்றிப் போட்டுப் பார்த்தது.

நான் இதை ஏன் முன்பே விசாரிக்கவில்லை? கஷ்டம்! கிழவனின் ஜாதகம் எனக்கு மனப்பாடமாக இருந்ததே! கிழவனுக்கு இன்னும் இரண்டே நாள்தான் ஆயுள் இருந்திருக் கிறது. பிரம்மாவே காவல் நின்றிருந்தாலும் இந்தத் திங்கட்கிழமை தாண்டியிருக்காது. கொலையால்தான் மரணம். வீரனின் மரணம். அகிம்சாவாதிக்கு என்ன பொருத்தமான முடிவு பாருங்கள்! ஆனால் இன்று விட்டிருந்தால் கொல்வது என் கையை விட்டு வேறு ஒரு கைக்கு மாறும். கூடவே முக்திராசியும் மாறும். கிழவனும் என்னைப்போலக் காலத்தின் சேற்றில் நீந்திக்கொண்டேயிருப்பான்.

ராம! ராம! எவ்வளவு பொருத்தமாக விதி என்னை இங்கே அனுப்பியிருக்கிறது. கிழவன் விடைபெறத் தயாராக நிற்கும்போதுதான் அவனைப் பிரம்மத்தில் குடியிருத்த நான் வந்து சேர்ந்திருக்கிறேன். ஹே, பகவானே! நீயும் கிழவன் பக்கம்தானா?

கொலையாளி:

பாரத மக்களே! என்னுடைய வேறு ஒரு ஜென்மம் மத்திய நூற்றாண்டில் பிரான்சு தேசத்திலாயிருந்தது. அங்கே ஒரு உன்னத பிரபுக் குடும்பத்தில் பிறந்தேன். பெற்றோரின் ஆசைக்குக் கட்டுப்பட்டு தேவகைங்கரியத்தை ஏற்றுக்கொண்டேன். எங்கள் குடும்பச் செல்வாக்கால் போப்பாண்டவரின் கவனத்துக்கும் பிரான்ஸ் மன்னரின் பிரத்தியேக கவனத்துக்கும் பாத்திரமானேன்.

அப்படியிருக்கையில், ஒரு புராதன நகரத்தில் அவிசுவாசிகளான கிறிஸ்தவர்களை அடக்குவதற்காக, போப்பாண்டவர் அனுப்பிய சிலுவைப் போர்ப்படைக்கு ஆன்மீக ஆலோசகனாக நியமிக்கப்பட்டேன். சிரமமே இல்லாமல் நகரத்தைக் கைப்பற்றினோம். காரணம், அவர்கள் எந்தவித எதிர்ப்பும் தெரிவிக்கவில்லை. கோட்டைக் கதவுகளைத் திறந்தே போட்டிருந்தார்கள். ஒருவேளை அவர்கள் எங்களிடமிருந்து கருணையை எதிர்பார்த்திருந்தார்களோ என்னவோ! ஆட்சியாளன் பிரபுவும் மதத் தலைவர் ஆயரும் தப்பியோடியிருந்தார்கள். எங்கள் படை சூறையாடியது. கொலை செய்தது. காமவெறிப் பிரளயத்தில் அந்த நகரத்தை மூழ்கடித்தது.

அங்குள்ள புனித தேவாலயம் அழகிலும் ஆகிருதியிலும் மகத்தானதாக இருந்தது. சாயங்காலத்தோடு பதினைந்தாயிரத்துக்கும் மேற்பட்ட கிறிஸ்தவர்கள் தேவாலயத்துக்குள்ளே நுழைந்து கதவை மூடிக்கொண்டார்கள். பெரும்பாலும் பெண்கள், குழந்தைகள், கிழவர்கள்.

நான் கோட்டை கோபுரத்தின் மேல் நின்று, கீழே நடப்பவைகளைப் பார்வையிட்டுக் கொண்டிருந்தேன். அப்போது படைத்தலைவன் என்னைத் தேடி வந்தான். 'தந்தையே! குழந்தைகள், பெண்கள், கிழவர்கள் என்று ஒரு பெருங்கூட்டம் தேவாலயத்தில் அடைக்கலம் புகுந்திருக்கிறார்கள். அவர்களில் நாத்திகர்களும் உண்மைக் கிறிஸ்தவர்களும் இருக்கிறார்கள். கதவைப் பூட்டிக் கொண்டு விட்டார்கள்.

அரச கட்டளைப்படி நாமோ அடுத்த போர்க்களத்துக்கு உடனே போக வேண்டும். அதற்கு முன் நாம் எப்படித் தண்டனையை நிறைவேற்றுவது?

நான் சரியான பதிலுக்காகப் பரமபிதாவைப் பிரார்த்தித்தேன். படைத்தலைவன் என் முன்னால் மண்டியிட்டு நின்றான். என் கையிலிருந்த சிலுவையை உயர்த்தி அவனை ஆசீர்வதித்துவிட்டுச் சொன்னேன்: 'கொஞ்சமும் தயங்காதே. எல்லாரையும் கொன்றுவிடு. கடவுளுக்குரியதை கடவுளே எடுத்துக்கொள்வார்.' தீர்த்தம் தெளித்து அவனை வழியனுப்பினேன்.

காவல் தேவதைபோல மறுபடியும் கோபுரத்தின் மேலேயே நின்றேன். படைவீரர்கள் தேவாலயத்தைச் சுற்றி விறகும் சுள்ளியும் உலர்ந்த புற்களும் குவித்து அடுக்கிக் கொண்டிருந்தார்கள். சூரியன் அஸ்தமிக்கும்போது தேவாலயத்தைச் சுற்றி, கட்டி முடிக்கப்படாத இன்னொரு தேவாலயம்போல எரிபொருட்களின் சுவர்கள் எழும்பின.

தீயின் முதற்சுவாலைகள் இருட்டை நக்கின. 'பரமண்டலத்திலிருக்கும் கர்த்தருக்கு ஸ்தோத்திரம்' என்று உரக்கக் கூவினேன். மின்னல் கொடிகளின் குவியல்போல நெருப்பு தேவாலயத்தைச் சூழ்ந்து தாண்டவமாடியது. கண்மூடித் திறக்கும் நேரத்தில் அந்தப் பிரம்மாண்ட கட்டடம் ஆகாயத்தைத் தொடும் அக்னி மாளிகையாக மாறியது. ஜுவாலைகளின் உயரத்தைப் பார்த்து நான் பயந்தேன்; ஆச்சரியப்பட்டேன்; கை தட்டித் துள்ளிக் குதித்தேன்.

வெந்து பொசுங்குபவர்களின் பிலாக்கணம் என் காதுகளை நிரப்பியது. அவிசுவாசிகளின் கௌரவச் சின்னமான தேவாலயம் எரிந்து சாம்பலாவதை மெய்சிலிர்ப்புடன் பார்த்து நின்றேன். 'மெய் விசுவாசத்தின் பதிலடி. சரித்திரத் தவறு திருத்தப்பட்டிருக்கிறது' என்று உரக்கக் கத்தினேன்.

எரிமலைபோல, புகையும் தீக்கங்குகளும் காற்றையும் வீசியடித்து தேவாலயமும் அதற்குள்ளேயிருந்த மனிதர்களும் எரிந்தார்கள். பொய்ச் சூரியன் உதித்ததுபோல நகரத்தின் மேல் ஒரு சிவப்பொளி பரவியது. ஒரு கையில் உருவிய வாள், மறுகையில் சிலுவையுமாக மண்டியிட்டு கடவுளை வாழ்த்தினேன். தீ அணைந்திருந்தது. பெரும் கனல் குவியல் போலத் தேவாலயத்தின் எலும்புக்கூடு இருட்டில் மின்னியது.

சிலுவையையும் வாளையும் கீழே வைத்தேன். வேத புத்தகத்தை உறையிலிட்டேன். முழுநிலா உதித்து எழுந்து

கொண்டிருந்தது. பரவசத்துடன் நிலவைப் பார்த்தேன். எனது லிங்கம் எழுச்சியடைந்திருப்பதை உணர்ந்தேன். ஒரு அலறலுடன் அதை வெளியே எடுத்தேன். கண்ணிமைக்காமல் சந்திரனைப் பார்த்துக்கொண்டே கை மைதுனம் செய்தேன். வெதுவெதுப்பான விந்தை அந்த இறந்த நகரத்தின் மீது கோணலாகப் பாய்ச்சிவிட்டுக் கத்தினேன். 'கடவுளுக்கு ஸ்தோத்திரம்.' கீழே இருட்டிலிருந்து ரத்தத்தில் முழுகிய வீரர்கள் பதிலுக்கு வாழ்த்தினார்கள். 'ஆமென்.'

4

துண்டு தேசத்தின் தந்தை

கொலையாளிக்குக் குமட்டியது. போலீஸ்காரனிடம் "எனக்கு உட்கார வேண்டும் தலைசுற்றுகிறது" என்றான். அவர்களுடைய சம்மதத்துடன் தரையில் உட்கார்ந்தான். தலை குனிந்தான். கண்களை மூடிக்கொண்டான்.

நான் தனியாகி விட்டேனா? எல்லாம் வீணாகப் போயிற்றா?

பல முறை குமட்டியும் அவன் வாந்தியெடுக்க வில்லை. அடைத்துக்கொண்ட காதுகளும் நீரொழுகும் கண்களுமாக மூச்சிரைத்தபடி குளிர்ந்த தரையைப் பார்த்துக்கொண்டு உட்கார்ந் திருந்தான். நடுங்கத் தொடங்கியது. குரலை உயர்த்தி 'எனக்கு ஒரு போர்வை கொடுங்கள். விறைத்து செத்துப் போய்விடுவேன்' என்றான். சில நிமிடங்களுக்குப் பிறகு யாரோ அவன்மேல் ஒரு கம்பளிப் போர்வையைப் போர்த்தினார்கள். கொலையாளி நன்றியுடன் தலை நிமிர்த்தி மேலே பார்த்தான். தன்னையே பார்த்துக்கொண்டு நின்றிருந்த முகங்களில் போர்வைக்குச் சொந்தக்

காரனைத் தெரிந்துகொள்ள உதவும் எந்த அடையாளமும் இல்லை. மனவேதனையுடன் தலைகுனிந்தான்.

நண்பர்களே! என்னிடம் ஏன் இப்படிக் கருணையில் லாமல் நடந்துகொள்கிறீர்கள்? லட்சக்கணக்கான இந்துக் களைக் கொலைக்களத்துக்குத் தள்ளிய கிழவனை, நிம்மதிப் படுக்கையில் செத்துப்போக உங்களால் எப்படி அனுமதிக்க முடிகிறது? ஆண் சிங்கமான சக்கரவர்த்தி சிவாஜியை நீங்கள் மறந்துவிட்டீர்களா? ரத்தத்தை விலையாக வாங்க வேண்டிய இடத்தில் ரத்தத்தையே வாங்க வேண்டும். கண்ணீர் போதாது. புலம்பல் போதாது. கொள்ளை போதாது. சிறைச்சாலை போதாது. சித்திரவதை போதாது. குடங்குடமாக ரத்தத்தை வாங்க வேண்டும். பிராமணனான என் கையில் புரண்ட இந்தக் கிழவனின் ரத்தம் அவன் உங்களுக்குத் தரவேண்டிய விலை, கொல்லப்பட்ட உங்களுடைய லட்சோபலட்சம் சகோதரர்களின் உயிரின் விலை.

ஆனால் அது போதாது! பிணத்தின் தண்டனை போதாது. எனது தோட்டாக்கள் துளைத்தெடுத்த கிழவனின் பிராணன் இன்னும் விலை தர வேண்டும். முட்டையிடுவதற்காக சமுத்திரத்தில் நீந்தும் கடல் ஆமைபோல அது மறுபடியும் காலத்தினூடே யோனியிலிருந்து யோனிக்கு நீந்தி அலைய வேண்டும். அதை ஒவ்வொரு ஜென்மத்திலும் நானே தண்டிப்பேன். கிழவன் பாம்பென்றால் நான் கீரி. அவன் மரமென்றால் நான் கோடாலி. அவன் பூவென்றால் நான் புழு. அவன் போர் வீரனென்றால் நான் மரண ஆயுதம். அவன் புறாவென்றால் நான் வேடன். அவன் நாயென்றால் நான் வெறியின் கிருமி. அவன் நாடென்றால் நான் பஞ்சம். அவன் வீடென்றால் நான் கரையான். அவன் கர்ப்பமென்றால் நான் சிதைவு.

அவனை நீங்கள் தேசத் தந்தை என்றா அழைக்கிறீர்கள்? அவன் தேசத்தின் கசாப்புக்காரன். ஏதாவது நாட்டுக்குத் தந்தையென்றால் அது அகண்ட பாரதத்திலிருந்து உயிரோடு அவன் வெட்டியெடுத்த துண்டு தேசத்தின் தந்தையாக இருக்கலாம். அவன் உங்களுக்காகத் தியாகம் செய்திருக்கலாம். உங்களை விழித்தெழச் செய்திருக்கலாம். பொருள் தேடி ஓடாமலிருந்திருக்கலாம். அதெல்லாம் அவனுடைய ஆன்மவித்தையின் பாகம். அவனைவிட மகாத்மாக்க ளான எத்தனையோ தியாகசீலர்கள் இந்த மண்ணில் பிறந்திருக்கிறார்கள்; இன்றும் வாழ்கிறார்கள்.

வீர சிங்கம் என்று உலகம் போற்றுகிற, கப்பல் சிறையிலிருந்து கடலில் நீந்தித் தப்பிய எனது குருஜி மட்டும்

போதுமே! இதுபோன்ற ஆயிரம் கிழவர்களை இருண்டு போகச் செய்ய. அகிம்சையாம்! அவனுடைய செப்படி வித்தைகளைவிட எவ்வளவோ புராதனமானது அகிம்சை. ஆனால் ஒரு கையில் துப்பாக்கி இருந்தும் நான் அவனைக் கைகூப்பி வணங்கினேனே! காறித் துப்பியிருக்க வேண்டும். துரோகி!

போலீஸ்காரர்கள் அவனை எழுப்பி நிறுத்தினார்கள். அவன் பார்வை அவர்களைத் தாண்டி தொலைவில் பதிந்தது. அவன் உதடுகளில் வெளிறிய புன்னகை படர்ந்தது.

'நமஸ்தே சதா வல்சலே மாத்ருபூமே!'*

---

* எப்போதும் நேசிப்பவளான அன்னை பூமியே, வந்தனம்!

கொலையாளி:

பாரத மக்களே! வேறு ஒரு ஜென்மத்தில் நான் காசி நகரில் ஒரு மகா சந்நியாசியாக இருந்தேன். தீர்த்த யாத்திரிகர்களைக் கொள்ளையடிக்க ஒரு சண்டாளக் கும்பலை என் கட்டுப் பாட்டில் வளர்த்துவந்தேன். அவர்கள் கொள்ளையடித்து வந்த சொத்துக்கள் என்னை ஒரு வைசியன் போலத் தனவந்தனாக்கியது. இருந்தும், ஆசையடங்காத நான், சுடுகாட்டு வெட்டியான்களை வசப்படுத்தி இளம் பெண் களின் சடலங்களைத் திருடிவந்து பிணத்தைப் புணரும் ஆசையுள்ள பிரமுகர்களுக்கு விநியோகித்து பெரும் செல்வம் ஈட்டினேன். அந்த சமயத்தில் காசி தேசத்தின் கன்னி கழியாத இளவரசி இறந்து போனாள். அவளுடைய அழகு பாரதம் முழுதும் பிரசித்தமாகியிருந்தது. அவளுடைய பிணத்தைக் கூட விரும்பிய தனவந்தர்களும் பிரமுகர்களும் என்னை அணுகினார்கள். அண்டை நாட்டு மன்னர்களும் ரகசியத் தூதர்களை அனுப்பியிருந்தார்கள். அவர்களிடமிருந்து ஏராள மாகப் பொருள் பிடுங்கினேன். தாந்திரீக வித்தை மூலம் இளவரசியை மறுபடியும் உயிர் பெறச் செய்வதாக அரசருக்கு வாக்குக் கொடுத்து, சடலத்தை ஆசிரமத்துக்குக் கொண்டு வந்தேன். ஆனால், அவளுடைய அழகில் பித்தேறிய நானே அவளைப் போகித்தேன். ஆலகால விஷமாக ஒரு நஞ்சு அவளிடமிருந்து என்னுள் பரவியது. நாழிகைப் பொழுதில் நான் வீங்கி விகாரமடைந்த ஒரு ஜீவியைப் போலாகி வயிறு வெடித்துச் சிதறி இறந்தேன்.

வேறொரு பிறவியில் சோதோம் நகரத்தின் பிரபல வணிகர்களில் ஒருவனாக இருந்தேன் நான். என் கடைக்கு வந்து சேரும் சின்னக் குழந்தைகளைக்கூடக் காம வேட்டைக்கு அடிமைப்படுத்தினேன். சோதோம், கொமேரா நகரங்களின் பாவபாரம் நிமித்தம் அவற்றைப் பூமியிலிருந்தே அழித்து நாசமாக்கக் கடவுள் அனுப்பிய இரண்டு தேவதூதர்கள் நகரவாசியான லோத்தின் வீட்டுக்கு வந்தார்கள். விதேசிகளான இரண்டு அழகிய வாலிபர்களின் வருகை பற்றி நகர வாயில் காவலர்கள் எங்களுக்குத் தகவல் கொடுத்திருந்தார்கள். ‘இரண்டு வாலிபர்களையும் எங்களிடம் ஒப்படையுங்கள்’

என்று உரக்கக் கத்தினோம். லோத்து வெளியே வந்து "என் வீட்டுக்கு வந்த விருந்தாளிகளை அவமானப்படுத்தாதீர்கள். எனக்குக் கன்னிகழியாத இரண்டு பெண்கள் இருக்கிறார்கள். அவர்களை ஒப்படைப்பதானாலும் தயார்" என்று கெஞ்சினான்.

"உன் பெண்கள் யாருக்கு வேண்டும்? தடியன்களை வெளியே அனுப்பு" என்று கர்ஜித்தேன். லோத்து உள்ளே போய்க் கதவை மூடிக்கொண்டான். நாங்கள் கதவை உடைத்துத் திறக்க முயன்றோம். திடீரென்று எங்களால் எதையும் பார்க்க முடியாமல் போனது. கண்கள் இருண்டன. பார்வை கெட்டது. கதறி அழுதுகொண்டு இருட்டில் தட்டுத் தடுமாறினோம். வழி தெரியாமல் பயந்து நடுங்கி முட்டி மோதித் தெருவில் விழுந்தோம். எப்போதோ விழித்தபோது சூரியோதயம் போல வெளிச்சத்தைக் கண்டதாக நாங்கள் மகிழ்ந்தோம். வெளிச்சத்தைத் தொடர்ந்து கொடூரமான ஓசை எழுந்தது. அந்த ஓசை அதிகரித்துக்கொண்டிருந்த போதே ஆகாயத்திலிருந்து உருகிய கந்தகமும் நெருப்பும் பொழியத் தொடங்கியது. என் உடல் மெல்ல மெல்ல எரிந்துருகி வழிந்தோடத் தொடங்கியது. வாய்விட்டு அலறினேன். கண்ணில்லாமல் வேதனையில் நெளிந்து இறந்தேன்.

5

வெற்றித் திலகம்

போலீஸ் வாகனத்தை நோக்கித் தலை நிமிர்ந்து நடந்தான். உடலில் அடிவாங்கிய உறுப்புகள் வலித்தன. அந்த இடங்களைக் கையால் தடவ விரும்பினான். விலங்குக்குள்ளே அவனையறியாமல் கைகள் புரண்டன. ஜனக் கூட்டத்தைப் பிளந்து போலீஸ் உண்டாக்கியிருந்த இடைவெளியில் நடக்கையில் இரண்டு பக்கமும் தன்னையே பார்த்தபடி நின்றிருந்த முகங்களை நம்பிக்கையோடு ஏறிட்டான். அவன் முகம் வாடியது.

பாரத மாதாவின் பிள்ளைகள், எனது சகோதரர்கள், என்னைக் கோபமாக வெறித்துப் பார்க்கிறார்கள். கஷ்டம்! உங்களுக்கு இதுகூடவா தெரியாது? காயத்ரி மந்திரத்தோடு உறவுள்ள ஒரு பூணூல் என் உடம்பை வளைத்திருக்கிறது. இருந்தும் இந்துக்களுக்காக சுயதர்மமல்லாத க்ஷத்திரிய கர்மத்தை மேற்கொண்டவன் நான். ஆனால் இந்துக்களே நீங்கள் என் கையில்

விலங்கு பூட்டிவிட்டிருக்கிறீர்கள். பரவாயில்லை. குருக்ஷேத்திர யுத்தத்தில் பார்த்தன் கண்ணுக்கெட்டிய தூரம்வரை கண்ட தெல்லாம் உறவினர்களைத்தானே! நான் பூமியை விட்டு வெளியேற்றிய கிழவனும் சநாதன இந்துவாகத்தானே இருந்தான்.

பாரத மக்களே! இன்னும் உங்களுக்குப் புரியவில்லையா? வெறும் இந்துவாக இருப்பதல்ல பாரதியத்துவம். உண்மையான இந்துவாக இருப்பதுதான் அடிப்படையான தர்மம். அதுதான் குருஜி சொன்ன இந்துத்துவம். அதை அடைய ஒரு இந்து மற்றொரு இந்துவின் ரத்தத்தைச் சிந்தவைக்க நேரலாம். தவறில்லை. தர்மத்தின் வெற்றிக்கு ரத்தம் உரமாகலாம். அதனால் என்ன, தர்மமே குல தெய்வம்.

ஒருவன் எட்டி விழுந்து கொலையாளியை ஓங்கி அடித்தான். அவனுடைய காதுகள் அடைத்துக்கொண்டன. கண்கள் இருண்டன.

சகோதரர்களே! இந்த சரீரத்தை அடித்துத் துன்புறுத்தா தீர்கள். வலியை எவ்வளவு வேண்டுமானாலும் பொறுத்துக் கொள்வேன். ஆனால் கடமையை நிறைவேற்றியதற்காக, இந்துக்களே இந்த சரீரத்தை வதைப்பதை என்னால் பொறுத்துக்கொள்ள முடியவில்லை.

தன்னைத் தாக்க மறுபடியும் கைகள் நீளுவதைப் பார்த்தான். கூட்டம் முண்டியடிப்பதைக் கவனித்தான். யாரோ பிடித்திழுத்ததில் கம்பளிப் போர்வை கீழே நழுவியது. அதை எடுத்துக் கொடுக்கும்படி ஒரு போலீஸ்காரனிடம் மௌனமாகக் கேட்டுக்கொண்டு வாகனத்தின் அருகில் நின்றான். போலீஸ் வளையத்தைப் பிளந்துகொண்டு ஒருவன் பலமாக அவனைத் தாக்கினான். கால் தடுமாறி ஒரு பக்கமாக விழுந்தான் கொலையாளி.

அகிம்சாமூர்த்தியின் சீடர்கள். இவ்வளவுதான் அகிம்சை. கிழவனின் ரத்தம் சூடு ஆறுவதற்குள் சீடர்கள் இம்சையில் ஈடுபடுகிறார்கள்.

போலீஸ் பாதுகாப்பு வளையத்தை வலுவாக்குவதை விழுந்த இடத்தில் கிடந்தபடியே பார்த்தான். கைகளில் விலங்கு பூட்டியிருந்ததால் எழுந்திருக்க முடியாமல் சுருண்டு கிடந்தான்.

அந்தப் பக்கம் கிழவன் படுத்துக் கிடக்கிறான். இங்கே நான். உடன்படுக்கை.

காவலர்களே! என்னைக் காப்பாற்றி என்ன பயன்? காப்பாற்ற வேண்டியது பெயரளவுக்கு இந்துக்களான இந்த முட்டாள்களையல்லவா? ஒருவேளை இவர்கள் இந்து அல்லாதவர்களோ? கிழவனின் கரிசனம் அவர்கள் மேல்தானே இருந்தது. இல்லையில்லை. இவர்கள் கிழவனின் சதியில் சிக்கிக்கொண்ட அற்ப இந்துக்கள். கஷ்டம். கிரேக்கர் களும் முகலாயரும் வெள்ளையரும் கிறிஸ்தவர் களும் முஸ்லிம்களும் பௌத்தர்களும் இவர்களைச் சும்மா அடிமையாக்கிவிடவில்லை. சுரணைகெட்ட வர்க்கம். பெருமை தெரியாத வம்சம். சுயமரியாதை இல்லாத அரை மனிதர்கள். துப்பாக்கி தூக்கி இந்தப் பிராமணனைப் பார்த்துக் கற்றுக்கொள்ளுங்கள். ரத்தம் சிந்திய இந்த அந்தணனைப் பார்த்துப் பெருமைப்படுங்கள்.

போலீஸ் ஆட்களை அப்புறப்படுத்தியபோது தொலைவில், கிழவனின் சடலத்தைச் சூழ்ந்து நிற்கும் கூட்டத்தைப் பார்த்தான் கொலையாளி. முகத்தில் வெறுப்பின் நிழல்.

அந்தப் பிணத்தை வைத்துக்கொண்டு அழுகிறார்கள் அவர்கள். உயிரோடு இருந்தபோது அவர்களின் பெருஞ் சாபமாக இருந்தவனின் செத்த உடல். இவர்கள் ஒருபோதும் சரித்திரத்திலிருந்து பாடம் கற்கமாட்டார்களா? பகைவனுக் காகப் புலம்புகிறார்கள். ரட்சகனுக்குக் கைவிலங்கு மாட்டு கிறார்கள். எதிரியின் பிணத்துக்குப் பூஜை செய்கிறார்கள். ரட்சகனைத் தாக்குகிறார்கள். பைத்தியக்கார ஜனங்கள்.

ஒரு போலீஸ்காரன் அவன் எழுந்து நிற்க உதவினான். கம்பளிப் போர்வையை மறுபடியும் அவன்மேல் போர்த்தி விட்டான். வாகனத்தில் ஏறும்முன், கொலையாளி ஒரு நிமிடம் திரும்பி நின்றான். விலங்குமாட்டிய கைகளை தலைக்குமேல் தூக்கினான். அவன் முகத்தில் உணர்ச்சிகள் கொந்தளித்துப் புரண்டன.

நீங்கள் என்னைக் காராகிரகத்துக்கல்லவா கொண்டு போகிறீர்கள்? கலிகாலம். தர்ம நாசம். மறுபடியும் தர்மத்தை நிலைநாட்டுவதற்காக ஆயுதமேந்திய இந்தக் கட்டப்பட்ட கைகள் சாட்சியாக இதோ, இந்தப் புனித தேசத்தின் நான்கு திசைகளுக்கும் சொல்கிறேன். ‘வருங்காலம் என்னுடையது. உண்மையான இந்துக்களுடையது. அகண்ட பாரத பூமி நீடூழி வாழ்க. எமனின் முடிச்சை கழுத்தில் மாட்டிக்கொண்டு அந்த முற்றத்தில் கிடக்கும் பாவிக் கிழவனை இனியாவது மறந்துவிடுங்கள். இனியாவது நீங்கள் யாரென்றும் நான் யாரென்றும் புரிந்துகொள்ளுங்கள்.’

போலீஸ்காரர்களே! கிழவனின் ரத்தத்தை ஒருமுறை தொட்டுப் பார்க்க அனுமதியுங்கள். அந்த ரத்தத்தால் என் நெற்றியில் வெற்றித் திலகமிட்டுக்கொள்கிறேன்.

சோர்வுடன் வாகனத்தில் ஏறினான் அவன்.

கொலையாளி:

பாரத மக்களே! வேதனையான எத்தனையோ ஜென்மங்களை இந்த உயிர் கடந்துவந்திருக்கிறது. ஒரு ஜென்மத்தில் கர்ப்பத்தி லேயே வெட்டித் துண்டாக்கப்பட்டேன்.

என் தாய் திதியின் கர்ப்பத்தில் நான் உறங்கிக் கிடந்தேன். சூட்சும சரீரம் பூண்டு வஜ்ராயுதத்துடன் வந்த இந்திரனைப் பார்த்துப் பயந்தேன். கிருபர்மூலம் என் தாய் என்னைக் கருத்தரித்ததில் பொறாமை கொண்ட தாயின் சகோதரி அதிதி, கிருபர்மூலம் அவளுக்குப் பிறந்தவனான இந்திரனை என்னைக் கொல்வதற்காக அனுப்பியிருந்தாள்.

இந்திரன் என் தாய்க்கு சிசுரூட்சை செய்து சுக நித்திரை யில் ஆழ்த்திவிட்டு சூட்சும உடலுடன் கருப்பையில் ஊடுருவி னான்.

அவனுடைய வஜ்ஜிராயுதத்தின் முதல் வெட்டில் எனது வலது கை துண்டானது. தொப்புள்கொடியால் கருப்பையில் பிணைக்கப்பட்டிருந்த நான் எங்கே தப்புவது? உரக்க ஓலமிட்டேன். இந்திரன் என்னை ஏழு துண்டுகளாக வெட்டினான். ஒவ்வொரு துண்டும் ஓலமிட்டுக் கொண்டிருந்தது. என் தாய் விழித்துவிடலாம் என்று பயந்த இந்திரன் 'அழாதே' என்று சொல்லிக்கொண்டிருந்தான். ஏழு துண்டுகளை மறுபடியும் ஏழு துண்டுகளாக வெட்டி நாற்பத்தி ஒன்பதாக்கினான். அவ்வாறாக மிகப் புராதனமான செயற்கைக் கருச்சிதைவுக்கு இரையானவன் நான். இருந்தும் நான் நாற்பத்தொன்பது துண்டுகளாகப் பிறந்தேன். ஆனால், இந்திரனுக்குச் சமமான புத்திரனை இழந்த என் தாயின் துக்கத்தை யோசித்துப் பாருங்கள். தாயின் கருப்பையையே போர்க்களமாக மாற்ற நேர்ந்த என் விதியை யோசித்துப் பாருங்கள்.

மற்றொரு பிறவியில் நான் பிறந்தது துவாரகையில். அங்கே ஒரு மதுபான வியாபாரியாக இருந்தேன். போலியான போதை வஸ்துக்களை மதுவில் கலந்து விற்று கொள்ளை லாபமடித்தேன். பகவான் கிருஷ்ணனின் ஆலோசனைப்படி

தீர்த்த யாத்திரைக்குப் புறப்பட்ட யாதவ குலத்தை மது ஜாடிகளுடன் பின்தொடர்ந்தேன். பாவ பரிகாரத்துக்காகப் பகவான் பிரத்யேகமாகக் கட்டளையிட்டிருந்த தீர்த்த யாத்திரை அது. பகவானின் புத்திர பௌத்திரர்களும் பலபத்ரன், பிரத்யும்னன், சாம்பவன், உக்ரசேனன், சூரசேனன் முதலான யாதவ வீரர்களும் மைரேகம் என்ற மதுவைக் குடித்து ஆர்ப்பரித்துக்கொண்டு நடந்தார்கள். விஷ ஜந்துக்களைப் பக்குவம் செய்தெடுத்த வீரிய பஸ்மங்களையும் கஞ்சாவின் சாற்றையும் நான் மதுவில் கலந்திருந்தேன்.

என்னுடைய குதிரை வண்டி மது விநியோகித்தபடி கூட்டத்துக்குப் பின்னால் போய்க்கொண்டிருந்தது. யாதவர்கள் போட்டி போட்டுக்கொண்டு குடித்தார்கள். வாக்குவாதங்கள் வெடித்தன. இடித்துத் தள்ளிக்கொண்டார்கள். வசைபாடிக் கொண்டார்கள். ஆயுதப் பிரயோகமும் நடந்தது. சீக்கிரமே குருடர்களும் விருஷ்ணிகளும் போஜர்களுமான யாதவர்கள் அணி பிரிந்து யுத்தம் செய்யத் தொடங்கினார்கள். என்னுடைய பரிசாரகர்கள் பாய்ந்து நடந்து போராளிகளின் தாகம் தீர்த்தார்கள். போரின் தீவிரம் முற்றியது. பாதை பிணங்களால் நிறைந்தது. ரத்தம் தேங்கியது. ஆயுதங்கள் முழுதும் பழுதாகிப் போனதும் வாள்போலக் கூர்மையும் கனமுமுள்ள ஏரகப் புற்களைப் பிடுங்கி ஒருவரையொருவர் தாக்கிக் கொண்டார்கள். யாதவர்களில் முக்கால் பகுதியினரும் மடிந்து விழுந்தார்கள். பலபத்ரன் பைத்தியக்காரன் போல களத்திலிறங்கி எஞ்சிய யாதவர்களை அடித்துக் கொன்றான். பிறகு என்னை நோக்கிப் பாய்ந்தான். நான் ரத்தக் களத்தில் விழுந்து தடுமாறி தப்பியோடும்போது காலிடறி விழுந்தேன். உடைந்து குத்திட்டு நிலத்தில் புதைந்துநின்ற ஈட்டி முனை என் கழுத்திலேறி இறந்தேன்.

6

வாக்குமூலம்

போலீஸ் ஸ்டேஷனுக்கு வெளியே திரண்டிருந்தவர்களின் கூச்சல் கொலையாளியை உட்காரவைத்திருந்த அறைக்குள் நுழைந்து கொண்டிருந்தது. இடையே போலீஸ்காரர்கள் கதவு திறந்தபோது வெளியே நின்ற கூட்டத்தைப் பார்க்க முடிந்தது. விறைத்து சோர்ந்து பசித்து தாகித்து மரபெஞ்சில் அசையாமல் உட்கார்ந்திருந்தான் அவன்.

வெளியே ஜன சந்தடி உச்சமடைவதையும் உணர்ந்தான்.

அவர்கள் என்னைக் கொல்லப் போகிறார்களா? விலங்குபூட்டிய என்னைக் கொல்ல எந்தக் கோழையாலும் முடியும்.

இளைஞனான ஒரு போலீஸ்காரன் தேநீருடன் வந்தான். நன்றியோடு அதை வாங்கிக் கொண்டான். போலீஸ்காரனின் அனுதாபம் கலந்த உணர்ச்சியின்மை அவனை ஆசுவாசப்படுத்தியது.

அவனைப் பொறுத்தவரை நான் வெறும் குற்றவாளி. என்னை வெறுக்க வேண்டிய அவசியம் அவனுக்கில்லை.

கொலையாளி தேநீரைக் குடித்துமுடிக்கும் வரை அங்கேயே நின்ற போலீஸ்காரன் கோப்பையை வாங்கிக் கொண்டு நகர்ந்தான். சுவரில் சாய்ந்து உட்கார்ந்து கண்களை மூடிக்கொண்டான் கொலையாளி.

திடுக்கிட்டெழுந்தான் அவன். தூங்கிப் போனது ஒரு நிமிடமா அல்லது நீண்ட நேரமா என்று அவனுக்குப் புரியவில்லை. மணியைப் பார்த்தான். ஆனால் கடிகாரம் காணாமல் போயிருந்தது.

நான் இனி பொழுதைத் தெரிந்துகொள்ள வேண்டாமா? முட்டாள்கள். நான் இயங்குவது உங்கள் காலத்தினூடே அல்ல. ஞாபகம் வைத்துக்கொள்ளுங்கள். நான் யுகங்களினூடே நடமாடுகிறேன். உங்கள் கடிகாரங்கள் பதிவு செய்யும் துச்சமான காலத் துண்டுகளில் அல்ல, காலத்தின் பிரவாகத்தில்தான் எனது நேரக் கீற்றுகள். பொறுக்கிகள், வெறிநாய்கள், இனத் துரோகிகள்.

குளிர் பெரிய எந்திரத்தைப்போல அவனைப் பிடித்து உலுக்கியது.

கதவு திறந்தது. ஒரு போலீஸ் படை அறைக்குள்ளே நுழைந்தது. கொலையாளியின் இருப்பைப் பற்றிய உணர்வே இல்லாததுபோல வாக்குமூலம் வாங்குவதற்கான ஆயத்தங் களில் ஈடுபட்டார்கள். நிச்சலனமான கண்களால் அவர்களைப் பார்த்தபடி இருந்தான் அவன்.

நீங்கள் என்னிடம் வாக்குமூலம் வாங்கப் போகிறீர்கள். கலிகாலம். அப்படியென்றால் நீங்கள் அர்ஜுனனிடமும் அபிமன்யுவிடமும் கிருஷ்ண பகவானிடமும் ராமனிடமும் வாக்குமூலம் வாங்குவீர்கள்தானே?

என் பெயரைக் கேட்கிறீர்களா? நண்பர்களே, வெறுமனே பெயர் உச்சரிக்கும் நேரமல்ல இது. எதற்காகப் பெயரைக் கேட்கிறீர்கள்? எனது கடமை அதன் உச்சக் கட்டத்தை எட்டி நிற்கும் வேளையில் என் பெயரைப் பந்தாக்கி விளையாட வேண்டுமா?

கொல்லப்பட்டவனை எனக்குத் தெரியுமா என்று கேட்கிறீர்கள். பிரமாதம்! தெரியவில்லை என்றால் நான் அவனைக் கொல்வேனா? முன்பின் தெரியாதவனைச் சுட்டுக் கொல்ல எனக்கென்ன பைத்தியமா? அவனை

எனக்கு நன்றாகத் தெரியும். நீண்ட காலமாகத் தெரியும். அவனுடைய ஒவ்வொரு சொல்லும் ஒவ்வொரு பார்வையும் எனக்குத் தெரியும்.

அவனுடைய பெயர் தெரியுமாவா? என்ன கேட்கிறீர்கள். அர்த்த ராத்திரியில் எழுப்பிக் கேட்டாலும் அவனுடைய பெயர் நாக்கு நுனியில் இருக்குமே. ஆனால் அதைச் சொல்ல மாட்டேன். பெயர்ளைச் சொல்லி இனி என்ன பிரயோஜனம்? சாக வேண்டியவன் செத்துவிட்டான். கொல்ல வேண்டியவன் கொன்றுவிட்டான். இறந்தவனுக்குப் பெயரால் இனி எந்தப் பிரயோஜனமும் இல்லை. அவன் இனி யாருடைய அழைப்பை யும் கேட்க வேண்டியதில்லை. அவனுக்கு ஒரு சமாதி கட்டினால் அதில் அவன் பெயரை எழுதலாம். ஆனால் அவ்வளவு மடையர்களா இந்து ஜனங்கள்?

நீங்கள் என்னைப் பயமுறுத்துகிறீர்கள் இல்லையா? கஷ்டம்! உங்களிடம் வேண்டிக்கொள்கிறேன். என்னைத் தாக்காதீர்கள். இது ஒரு தெருச் சண்டைக்காரனின் உடம்பல்ல. சத்தியவானும் ஆத்திகனும் தேசபக்தனுமான பிராமணனின் உடம்பு. இந்த உடம்பால் அடி உதையைத் தாங்க முடியாது. வலுவானது எங்கள் ஆத்மா. உடம்பல்ல. என்னைப் புரிந்துகொள்ள முயற்சி செய்யுங்கள்.

கொலையாளி தனக்கு முன்னால் நாற்காலிகளில் உட்கார்ந்திருந்த போலீஸ் அதிகாரிகளைத் தயக்கமில்லாமல் பார்த்துக்கொண்டிருந்தான். இளைஞனும் அழகனுமான ஓர் அதிகாரி சிகரெட் பற்ற வைத்தபோது பதற்றமானான். அவர்கள் வீடு திரும்பியதும் மனைவி மக்களிடம் தன்னைப் பற்றி என்ன பேசுவார்கள் என்று யோசித்தான். தொண்டை வறண்டது. இன்னொரு கோப்பைத் தேநீர் கிடைத்தால் பரவாயில்லை என்று நினைத்தான்.

பாரத சகோதரர்களே, நீங்கள் யோசித்துப் பாருங்கள். உண்மையில் கிழவன் முன்பே இறந்திருக்கக் கூடாதா? எத்தனை முறை மரணத்தின் விளிம்பைத் தொட்டுவிட்டதாக நடித்திருக்கிறான்? பிறகும் ஏன் சாகவில்லை? உயிரை விடவில்லை? என் கைகளுக்காக ஏன் காத்திருந்தான்? வக்கிரபுத்தி. அவனுக்கு என்னவெல்லாமோ தெரிந்திருந்தது. நான் கதவு திறக்கக் காத்திருந்திருக்கிறான். ஹும்! கிழவன் பிறக்காமலேயே இருந்திருந்தால். . ? என்னுடைய பிராமண ஜென்மத்தை க்ஷத்திரிய தர்மத்துக்காகச் செலவழித்திருக்க வேண்டாம்.

நான் யாரென்று நீங்கள் கருதுகிறீர்கள்? நான் எங்கிருந்து வந்தேன் என்று நம்புகிறீர்கள்? என்னைப் பற்றி உங்களுக்கு என்ன தெரியும்? உங்களுடைய விலங்கின் வரம்புக்குள், தாக்குதலின் எல்லைக்குள் இந்தச் சரீரம் வேண்டுமானால் அகப்படலாம். அதற்குள்ளிருக்கும் ஆத்மாவை உங்களால் கற்பனை செய்ய முடியுமா? நீங்கள் உண்டாக்கப்போகிற விளைவுகளிலிருந்து உங்களை யார் காப்பாற்றுவது?

கொலையாளி:

பாரத மக்களே! எனது ஜென்மங்களில் மிகவும் திடுக்கிடச் செய்யும் ஜென்மம் பற்றிக் கேளுங்கள். அயோத்தியில் குளவியாக உயிரைவிட்ட நான் மீண்டும் சரயு நதியில் மீனாகப் பிறந்தேன். திடகாத்திரமும் அகந்தையும் நிரம்பியவனான நான் ஒரு மீன் கூட்டத்துக்குத் தலைவனாகவும் இருந்தேன். ஆற்றில் விழும் உணவுப் பதார்த்தங்கள்மேல் சர்வாதிகாரமும் எனக்கு மட்டுமே. நான் தின்ற மிச்சம்தான் மற்றவர்களுக்கு.

ஒருநாள் உயிரோடிருப்பதாகத் தோன்றிய ஒரு பொருந்திய சடலம் ஆற்றில் மிதந்துபோனது. நானும் என் கூட்டமும் அதைப் பின் தொடர்ந்தோம். உயிரசைவுகள் எதுவுமில்லை என்று நிச்சயமானதும் தலைவனான நான் முதலில் அதைக் கொத்தினேன். வலதுபாதத்தில் கொத்தினேன். உள்ளங்காலில் நீலம் பாரித்த தழும்பைப் பார்த்ததும் அயோத்தி பூர்வ ஜென்மம் நினைவுக்கு வந்தது. கனத்த துக்கமும் குற்ற உணர்வுமாக நான் நதியின் ஆழம் நோக்கி ஊடுருவினேன். அடியாழத்துச் சேற்றில் அம்புபோல என் உடலைச் செருகி உயிர்விட்டேன்.

சத்ரபதியின் முதல் குதிரையும் நானே! அகங்காரத்தால் இளைஞரான சிவாஜியை குப்புறத் தள்ளி மிதிப்பதற்காக என் முன்னங்கால்களைத் தூக்கித் தாவினேன். மின்னல் வேகத்தில் வாளை உருவி என் இதயத்தில் பாய்ச்சினார் அவர். சிவாஜி மேல் ரத்தம் பெருக்கியபடி இறந்து விழுந்தேன் நான்.

நானே நாதிர்ஷாவின் பிரதான அடியாள். சாந்தினிசௌக் கால்வாய்களில் மழைநீர்போல ரத்தம் ஓடியபோது என் தலைமையில்தான் மயிலாசனம் கொள்ளையடிக்கப்பட்டது. பெண் வேடத்தில் கோமாளிக் கூத்தாடி சிம்மாசனத்தில் அமர்ந்த என்னைத் தூக்கிக்கொண்டு படைவீரர்கள் ஊர்வலம் போனார்கள். அன்றிரவு வெற்றிக் கொண்டாட்டத்துக்காக நான் அலிகள் முகாமுக்குப் போனேன். ஒரு இளம் வயது அலி காமக்கிறக்கத்தில் என் தலையில் யமனகர்த்தரி* பிரயோகித்தாள். நெற்றி சிதைந்து நான் இறந்தேன்.

---

* காமசூத்திரத்தில் குறிப்பிடப்படும் கத்திரிப் பிடி.

கண்ணகி முலையைத் திருகி எறிந்தபோது தாவிப் பிடித்த தெருப் பொறுக்கியும் நான்தான்.

தைமூர் படையில், யுத்தத்தில் தோற்றோடிய மன்னர்களின் பற்களைப் பிடுங்கிய ஏவலாளும் நானே.

சரஸ்வதி தேவியைப் பார்ப்பதற்காக பிரம்மா மேல் நோக்கி முளைக்கச் செய்த தலையும் நானே.

சாக்ரடீசை விஷம் கொடுத்து கொல்லத் தீர்ப்பளித்த நீதிபதியும் நானாக இருந்தேன். ரோமாபுரி சதுக்கத்தில் மிருகங்களின் பசிக்கு உணவாக அவிழ்த்து விடப்படும் கைதிகளைக் கொன்று தின்ற சிங்கங்களில் நானும் ஒன்று.

கஃபாவுக்கு முன்னால் தரையில் முகம் பதியத் தொழுது கொண்டிருந்த இறைத்தூதர் முகம்மதுவின் மேல் ஒட்டகக் குடலை வீசியெறிந்தவனும் நான்தான்.

பரீக்ஷித்து மன்னனைத் தீண்டுவதற்காகத் தட்சகன் புழுவாக மாறி ஒளிந்திருந்த மாதுளம் பழத்தைப் பிராமண வேடத்தில் மன்னனிடம் கொண்டுபோய்ச் சேர்த்த வாலிபனும் நானே!

ஜெரிக்கோ நகரத்தை அழிக்க வந்த ஜோஷுவாவின் படைக்கு, நகரத்தைக் காட்டிக் கொடுத்த ரஹாய் என்ற வேசியும் நான்தான்.

சாத்தானின் சதியில் அகப்பட்டு ஆதாமும் ஏவாளும் கொன்று சமைத்துத் தின்ற சாத்தானின் குழந்தை கன்னஸும் நான்தான்.

யோனியில் விஷப் பல் பொருத்தி பார்வதி வேடத்தில் சிவனை சம்ஹாரம் செய்யப்போன குருட்டுப் பிள்ளை ஆதியும் நான்தான்.

முதலாவது அணுகுண்டின் ஆயிரம் சூரியன்களைப் போல வெடித்துச் சிதறிய அணுவும் நானேதான்.

7

இதுதான் என் பெயர்

வெளியே ஓசை அடங்கியிருந்தது. கனல்கள் ஜொலிக்கும் கரிஅடுப்பைக் கொலையாளிக்கும் அதிகாரிகளுக்கும் நடுவில் கொண்டு வந்து வைத்தான் ஒரு போலீஸ்காரன். அதிலிருந்து தனக்கு நேராகப் பறந்து வந்த சூடான புகையை ஆழ்ந்து சுவாசித்தான் கொலையாளி. அடுப்பின் சிவந்த வெளிச்சத்தை ஒரு நண்பனைப் பார்ப்பது போலப் பார்த்தான். அப்பா, தாத்தாவுடன் பஞ்சகச்சம் கட்டிக்கொண்டு ஹோம குண்ட நெருப்புக் கனல்களின் அழகை ரசித்துக் கனவு கண்ட சிறுவன் நினைவுக்கு வந்தான். நட்சத்திர மண்டலத்தில் வீசப்பட்டதுபோலச் சிலிர்த்தான். போலீஸ் அதிகாரி தன்னையே கவனித்துக்கொண்டிருப்பதைப் பார்த்ததும்தான் அழுதுகொண்டிருப்பது ஞாபகத்துக்கு வந்தது. விலங்குகள் மாட்டிய கைகளை உயர்த்திக் கண்ணீரைத் துடைத்துக்கொண்டான். முகத்தில் இறுக்கம். நீண்ட பெருமூச்சுடன் உச்சரித்தான்.

நமஸ்தே ஸதா வல்சேலே மாத்ருபூமே
**த்வயா ஹிந்து பூமே சுகம் வார்த்திதோஹம்*

---

* நீ ஹிந்து மண்ணில் சுகத்தை விருத்து செய்கிறாய்.

மறுபடியும் மெய்சிலிர்த்தான். வைகறை வானத்தில் பறக்கும் கொடியின் முன்னால் மரியாதை செலுத்தும் படைவீரனாகத் தான் நிற்கும் காட்சி அவன் கண்முன் தோன்றி மறைந்தது.

போலீஸ்காரர்களே, நானும் உங்களைப் போல ஒரு படைவீரன்தான். என்னுடைய போர்க்கோலத்துக்கும் காக்கி நிறம். காக்கிக்கும் காவிக்கும் மண்ணின் நிறம். தெரியாதா?

பாரத மக்களே! கீதை சொல்கிறது:

எனக்கும் உனக்கும் அர்ஜுனா, பிறவிகள் பல கழிந்து போயின. பரந்தபா, அவற்றையெல்லாம் நான் அறிகிறேன்; நீ அறியமாட்டாய்.

ஆனால், துரதிருஷ்டசாலியான நான் இதோ, எல்லாம் அறிகிறேன். எல்லாம் நினைத்துப் பார்க்கிறேன். ஒருவேளை கிழவனின் சாபமாக இருக்குமோ இந்தக் கசப்பான நினைவுகள்? அல்லது ஜென்ம துக்கத் தொடர்ச்சியான இந்த ஞாபகம் எனது முக்திக்கு ஆரம்பமா? அப்படியென்றால் இந்த ஞாபகம் தெய்வத்தின் கட்டளை.

கர்ம சக்கரத்தின் முன் திகைத்து நிற்கிறேன். என் நாவிலும் பார்த்தன் பகவானிடம் கேட்ட அதே கேள்வி. 'மனிதன் விரும்பாதபோதும் எந்தக் காரணத்தால் தூண்டப்பட்டுப் பாவம் செய்கிறான்?', பகவான் பதில் சொன்னார்: 'மனிதனைப் பலவந்தமாகப் பாவம் செய்யத் தூண்டுகிற காரணம் ரஜோ குணத்திலிருந்து தோன்றுவதும் ரஜோ குணத்தை வளர்ப்பதுமான காமமே. காமம் தடைசெய்யப்படும்போது குரோதமாகிறது!'

காமம்! காமம்! குரோதம்!

காமத்தின் கொழுப்புப் புரளாத எதுவும் உண்டா? குரோதம் எல்லாவற்றுக்கும் மேல் கறுப்புச் சிறகு வீசிப் பறக்கிறது. பிறகு நாம் தப்புவது எங்கே?

கஷ்டம்! கீதை வாசகம் என் சந்தேகத்தைத் தீர்க்கவில்லை.

எனது காமம் உடம்பின் சட்டையரிப்பு மட்டுமே. எனது குரோதம் தடைசெய்யப்பட்ட காமமல்ல. அது மனநோயு மல்ல. பாரத மக்களே! நான் பைத்தியமல்ல.

குருஜி அருளிய போதனையின் ஒலி எழுப்பும் ஊசி மூளையை தீட்டிவிடும் உக்கிரமான கீற்றுகள்தான் எனது குரோதம். குரோதத்தின் வேதாந்தம் என்னுடையது. ரத்தத்தின் வேதாந்தம். பாரதத் தாய்க்கு ரத்தாபிஷேகம் செய்கிறேன் நான்.

நான் பிரம்மத்துக்குப் படியேற்றிவிட்ட அந்தக் கிழவன்தான் காமத்தின் அடிமை. எப்படியோ உடம்பை வென்றுவிட்டான். ஆனால் ஆத்மாவின் காமத்தில் ஒரேயடியாக மூழ்கியும் விட்டான். மகாத்மா பதவி! ஆன்மீக மகத்துவம்! அவற்றைக் கட்டிப்பிடித்துக்கொண்டான். குரோதத்தை அகிம்சையின் பட்டுத் துணியால் மூடிவைத்தான். ஏதோ தகடுதத்தம் செய்து உயிரிலிருந்து விடுபட்டான். துரதிருஷ்டசாலியான என்னுடைய கைகளினூடேயே குறுக்கு வழியில் எங்கோ தப்பியோடினான். தந்திர புத்தி! வைசியனல்லவா? தந்திரசாலியாகத்தான் இருப்பான். பாரதாம்பிகை என்னை மன்னிக்கட்டும். எனக்கு வருத்தமில்லை.

நண்பர்களே! எனக்கும் ஒருநாள் வரும்.

நான் பெயரை எழுதி கையெழுத்துப் போட வேண்டுமா? சரி. இதோ. என் பெயர் மோகன்தாஸ். அது அந்தக் கிழவனின் பெயரா? நண்பர்களே, என்னைப் பொறுத்தவரை இனிமேல் இதுதான் என் பெயர். இனி கிழவனுக்குப் பெயரில்லை. பிரம்மத்தினுள்ளே எதற்கும் பெயர் கிடையாது.

காலச்சுவடு வெளியீடு

அரபிக் கடலோரம்

(நாவல்)

சக்கரியா

தமிழில்: **சுகுமாரன்**

ரூ. 70

மலையாள எழுத்தாளர் சக்கரியா 'காலச்சுவ'டில் எழுதிய பத்தியின் தொகுப்பு. மலையாளச் சமூகம் பற்றிய மோகம் தமிழரிடம் உண்டு. இதன் மறுபகுதி தமிழ்ச் சமூகம் பற்றிய தாழ்வு மனப்பான்மை. இந்த மோகத்திலும் தாழ்வுமனப்பான்மையிலும் விடுபட்டுப்போனவற்றைக் கவனப்படுத்துகின்றன இக்கட்டுரைகள். இவற்றோடு நாம் கொள்ளும் கருத்து முரண்பாடுகளையும் தாண்டி ஒரு அறிவுஜீவியின் சுதந்திரமான செயல்பாடு இக் கட்டுரைகளில் வெளிப்படுகின்றதைப் பார்த்து மெச்ச முடிகிறது. சிந்திக்க, முரண்பட, விவாதிக்கத் தூண்டும் நூல் இது.